అనంత ప్రయాణం

journey towards infinity

PART-3

సదృశ్య

Anantha Prayaanam

JOURNEY TOWARDS INFINITY

SADHRUSYA O'CONNOR

Dear Readers, I would love to hear from you, you can
write to me at: sadhrusya@aol.com

మా గురువుగారు శ్రీ స్వామి జ్యోతిర్మయానంద సరస్వతి గారితో

ముందుమాట!

అసలు ధ్యానానికి ముందు ఏమి జరిగింది? ఆ తరువాత ఏమి జరిగింది? ఇన్నాళ్ళు నేనెందుకు మీ ముందుకు రాలేకపోయాను అన్నది కూడా మీకు అందిస్తే ఈ process మీకు సంపూర్తిగా అర్థం అవుతుంది. అంతే కాదు నా ఈ ప్రయాణంలో ఈ శరీరమే ముఖ్య పాత్ర వహించింది. దాని సహకారమే లేకుంటే నేను ఈ ప్రయాణం చేయలేను. అలాంటప్పుడు శరీర ప్రయాణం కూడా మీకు తెలియాలిగా. ఇప్పటి వరకూ కేవలం అప్పటి నా స్థితిని బట్టి జరుగుతున్నవి మాత్రమే అందించాను. అది చదివితే మీకు ఏమి అర్థం అయ్యిందో నా knowledge కూడా అప్పటికి అంతే. నాకు నిజాలు తెలుస్తున్నా దాన్ని జీర్ణించుకోవడానికి, జరిగింది ఆలోచించి అర్థం చేసుకోవడానికి అప్పుడు సమయం లేదు. అలాటప్పుడు ఇప్పటి knowledge అక్కడ రాయడం correct కాదని జరిగినవి జరిగినట్లుగా రాశాను. కానీ నేను తెలుసుకొన్న, చూసిన ప్రతీ అనుభవాన్నీ, అతి సూక్ష్మ రహస్యాలనూ మీతో తప్పకుండా పంచుకుంటాను సాధ్యమయినంత వరకూ & నాకు అనుమతి ఉన్నంత వరకూ.

గడిచిపోయిన గతంలో ఏ మార్పూ తేలేము కానీ, జరుగుతున్న & జరగబోయే జీవిత కాలపు భవిష్యత్తు మాత్రం మీ చేతిలోనే ఉంది. దీనిని మార్చుకోగలిగే శక్తి మీకు ఉంది. జరిగిపోయిన మంచి or చెడు కర్మలను కూడా balance చేసుకునే అవకాశం మీకు ఈ శరీరం ఉన్నంత కాలం ఇంకా ఉంది.

శరీరాన్ని విడిచి వెళ్ళే సమయానికి మనకు, మనం చేసిన పనులను బట్టి కర్మల balance ఉంటుంది. Either positive or negative. ఈ రెండింటిలో ఏది ఉన్నా మరొక జన్మ తప్పక వస్తుంది. అలా కాకుండా ఈ balance శూన్యం అయితే మరొక జన్మ లేకుండా మోక్షం పొందుతాము. అలా మోక్షం పొందే వారి ప్రయాణం ఎలా సాగుతుందో ఈ నా ప్రయాణం గురించి అర్థం అయితే మీకే తెలుస్తుంది.

నా జీవితంలో గడిచిన కొన్ని అనుభవాలల్లో నేను తెలుసుకొన్న, నేర్చుకున్న కొన్ని ముఖ్య విషయాలు చెబుతా.

నన్ను కన్న తల్లి ఉన్నా, నా నిజమైన అమ్మ నుండి నేను తప్పిపోయాను అని నా చిన్నతనం నుండీ ఒక భావన ఉండేది నాలో. ఆ ప్రయత్నంగానే ప్రతి ఒక్కరిలోనూ అమ్మను వెతకడం మొదలెట్టాను. ఎప్పటికయినా తనను చేరుకోగలను అన్న నా ప్రయత్నం ఇన్నేళ్ళకు ఫలించింది.

చిన్నప్పటి నుండీ ఎక్కువగా ఒంటరిగా ఉండటం మూలానేమో, నాకు నేనే ఫ్రెండ్ ని, అక్కని, అమ్మని, నాన్నని... అన్నింటినీ. నన్ను నేనే ఎక్కువగా వినేదానిని. ఇతరులు చెప్పింది చెవులతో విన్నా.. వాళ్ళ సలహా ఏదీ పాటించేదాన్ని కాదు.

అది ఎందుకు అలా వుండేదానినో నా జీవితంలో ఏమి జరిగిందో ఎలా గడిచిందో చెబితే మీకు అర్థం అవుతుంది.

ఈ ధ్యాన ప్రయాణంలో మనలోని ప్రకృతి + శరీరంలో ఉన్న జీవుడు + శరీరం, ఈ మూడూ ఒక్కొక్కటిగా వాటి ఉనికిని అవి గుర్తించి అన్నీ ప్రయత్నపూర్వకంగా తన గురించి తాను తెలుసుకుంటూ ప్రయాణించి ఆదిలో ఐక్యం అవ్వడమే ధ్యానం లో నేను చేసింది. నేను ఈ ప్రయాణం చేశానని ప్రతి ఒక్కరూ ఇలానే ప్రయాణిస్తారని లేదు. What I meant to say is మీ మీ కర్మలను బట్టి మీ ప్రయాణం సాగుతుంది. అంటే ప్రయాణించే మార్గం ఖచ్చితంగా ఇది ఒక్కటే. అందులో ఎట్టి సందేశం లేదు. కాకపోతే మీరు ఎంత దూరం ప్రయాణించగలరు అన్నది మీ కర్మలను బట్టి ఉంటుంది.

ఈ శరీరం ప్రకృతిలోని 5 elements తో తయారయ్యింది అని చెప్పా కదా! ముందుగా ఈ 5 elements శరీరం నుండి బయటకు వచ్చి ప్రయాణిస్తుంది. ఈ ప్రకృతి ప్రయాణం చివరిలో ఒక పరీక్ష ఉంటుంది. దానిలో ఉత్తీర్ణత పొందితేనే జీవుని ప్రయాణం మొదలవుతుంది. జీవుని ప్రయాణం ముగిశాక

చివరిలో జరిగిన పరీక్షలో నెగ్గితేనే, అప్పటిదాకా గడిచిన శరీర ప్రయాణానికి పరీక్ష మొదలవుతుంది. ఇదిగో ఈ నా మూడవ పుస్తకం నా శరీర ప్రయాణానికి సంబంధించినదే.

దీని ప్రయాణం కూడా నేను మీకు చెప్పి తీరాలి.

నా జీవుని ప్రయాణం కూడా ముగిసి పరీక్షలో ఉత్తీర్ణత పొందాక కూడా, ఒక్క సమాధానం నాకు ప్రశ్నగా మిగిలిపోయింది. మీకు చెప్పవలసింది అంతా book రూపంలో ముందే prepare చేసినా నాకు కావలసిన ప్రశ్న అక్కడి సమాధానం కు match అవ్వకపోవడంతో ఈ పుస్తకాన్ని అప్పట్లో ముగించలేకపోయాను & మీకు అందించలేకపోయాను. ఆ ప్రశ్నను (అక్కడి జవాబుకు match అవ్వాల్సిన ప్రశ్న) వెతుక్కునే బాధ్యత నా శరీరానిదని ఆ రోజు నాకు తెలియదు. ఇప్పుడు నా సమాధానం నాకు దొరికింది. అందుకే ఇప్పుడు ఈ నా శరీర ప్రయాణాన్ని మీకు అందజేస్తున్నాను.

In depth లోకి వెళ్ళకుండా సాధ్యమయినంత సులువుగా మీరు అర్థం చేసుకోవడానికి అనువుగా నేను ఇతరులతో ఎలా అయితే మాట్లాడతానో అలానే రాయడానికి ప్రయత్నిస్తాను.

ప్రతీ book లోనూ మీకు రాసినదే మరలా రాసినట్లుగా అనిపిస్తుంది. అదే నిజం కూడా. కారణం ఈ శరీరంలోనే ఉన్న నలుగురూ వారి వారి అనుభవాలను వారి వారి దృష్టి కోణం నుండి అనుభవించి చెబుతున్న విషయాలు కాబట్టి, చెప్పే విషయం & అనుభవించిన విషయం ఒకటే అయినా ప్రతీ ఒక్క దాని ప్రయాణంలో అవి జరిగే విషయాలను ఎలా అర్థం చేసుకుంటున్నారు, ఒకదానికి ఒకటి ఎలా సాయం చేసుకుంటున్నారు, ఏమి తెలుసుకుంటున్నారు, ఎలా ప్రయాణిస్తున్నారు, ప్రయాణం ముగిశాక పరీక్షలో నెగ్గరా లేదా అన్నదే ముఖ్యం. చెప్పిందే చెప్పినట్లు అనిపించినా ఓర్పుగా చదివి అర్థం చేసుకోవడానికి ప్రయత్నించండి.

బాల్యం:

కన్నీరు, బాధ, ఒంటరితనం తప్ప ఏమాత్రం ఆసక్తి లేని బాల్యం నాది. కానీ ఎందుకు రాయాలి అనుకున్నానంటే నేనెవరో నా ఈ శరీర పుట్టుపూర్వోత్తరాలు ఏమిటో దీని ప్రయాణం కూడా కొంచెం తెలియజేయడం నా ధర్మం అని చెబుతున్నా. అంతే కాకుండా నా ఈ శరీర ప్రయాణం కూడా మీకు తెలియాలి. ఎందుకంటే నా ఈ అనంత ప్రయాణానికి సహకరించి నా నివాసానికి ఏర్పరుచుకున్న ఇల్లు ఈ శరీరమే కదా!

నేను చెప్పేది మీరు తెలుసుకునేది కొంత మందికి విడ్డూరంగా ఉన్నా చాలా మందికి ఇలాంటి అనుభవాలు ఎప్పుడో ఒకప్పుడు ఎదురయ్యి వుండొచ్చు.

చిన్నతనంలోని ముఖ్యమైన కొన్ని విషయాలు చెబుతా:

నేను లగడపాటి వెంకటరత్నం నాయుడు & లగడపాటి లక్ష్మి నారాయణమ్మ గారి నాలుగవ కూతురిని. నేను అక్టోబర్ 3, 1969 న నెల్లూరులో పుట్టాను. నాకు వారు పెట్టిన పేరు సద్రుశ్య లక్ష్మి (Sadhrusya Lakshmi). నాకు ముగ్గురు అక్కలు. పాపం అమ్మ అబ్బాయి కోసం కంటే నేను పుట్టాను. నాలుగోసారి కూడా అమ్మాయి పుట్టడంతో మా తాత దీనిని విసిరి గొడ్ల దొడ్లో పారేయండి అన్నారంట. నేను అమ్మాయినే అయినా నాకు అన్నీ మగ లక్షణాలే. నా ఈ లక్షణాలను చూసి నాన్న, నిన్ను అమెరికా పంపి అబ్బాయిగా మార్పిడి చేయిస్తా అంటూ ఉండేవారు సరదాగా.

అమ్మకు ఒక అక్క, ఒక తమ్ముడు, ఒక చెల్లి ఉన్నారు. మా నాన్నకు ఇద్దరు అన్నలు, నలుగురు అక్కలు ఉన్నారు. తన కుటుంబంలో నాన్నే చిన్న. ముగ్గురు అన్నదమ్ములు కలిసి వ్యాపారం చేసుకొనేవారు. నాకు మూడు సంవత్సరాల వయసులో అమ్మ వాళ్ళు గుంటూరు వచ్చేశారు. ముగ్గురూ కలిసి గుంటూరులో ఒకే చోట ఒకే రకంగా ఇల్లు కూడా కట్టుకున్నారు పక్కపక్కనే. అవి చాలా పెద్ద పెద్దవి. నాన్న వాళ్ళు చేస్తున్న ఉమ్మడి business కు ఆటోనగర్ దగ్గరలో

ఉండాలని సీతారామనగర్‌లో కట్టించారు ముగ్గురి ఇల్లు. Roof లో చిన్న మార్పు తప్ప ఇంటి బయట & లోపల మూడు ఇల్లు అచ్చు ఒకే లాగా కట్టించుకున్నారు. లోపల కేవలం decorations ని చూసి గుర్తు పట్టవలసిందే కానీ నేలకు వేసిన tiles, గోడకు వేసిన paint, Furniture & అల్మారాలు కూడా ఒక్కటే.

పెద్ద పెదనాన్నకు ఇద్దరు అబ్బాయిలు & ఇద్దరు అమ్మాయిలు. రెండవ పెద్ద నాన్న మా నాన్న ఎలా అన్నదమ్ములో రెండవ పెద్దమ్మ మా అమ్మ అలా అక్కాచెల్లెల్లు. అలా ఒకే కుటుంబంలోని ఇద్దరు అబ్బాయిలు ఒకే కుటుంబంలోని ఇద్దరు అమ్మాయిలను పెళ్లి చేసుకోవడంతో మేము చాలా క్లోజ్‌గా ఉండేవాళ్ళం. ఇద్దరినీ అమ్మా అనీ, ఇద్దరినీ నాన్న అనే పిలిచేవాళ్ళం.

ఉమ్మడి వ్యాపారం మూలాన, ఒక్కొక్క నాన్న ఒక్కొక్క బాధ్యత స్వీకరించడంతో రెండవ పెద్దమ్మ తన ముగ్గురు అబ్బాయిలను hostel లో పెట్టగా తన కూతురు మా అమ్మ దగ్గరే పెరిగింది. అలా ఐదుగురు ఆడపిల్లలం ఒకే దగ్గర పెరిగాం. పెద్దమ్మ పెద్దనాన్నతో site లో ఉండేది. అన్నయ్యలు హాస్టల్ నుండి సెలవలకి ఇంటికి వచ్చినప్పుడు వాళ్ళు కూడా వచ్చేవాళ్ళు. సెలవలు వచ్చాయంటే ఇంట్లో చాలా సందడి సందడిగా ఉండేది. అమ్మ తినుబండారాలు చేసి ఆ వీధిలో ఉన్న తన స్నేహితులకి కూడా పంచేది. ఇంట్లో 5 గురు ఆడపిల్లలం అవడంతో పూల చెట్లు పండ్ల చెట్లు చాలా ఉండేవి. అవి కూడా అమ్మ తన స్నేహితులకు పంచుతూ ఉండేది. అందరూ నారాయణమ్మ చెయ్యి చాలా పెద్దది అంటూ ఉండేవారు. ఇంటికి ఎవరైనా చుట్టాలు వచ్చినా వారికి తిరుగు ప్రయాణానికి టికెట్‌తోపాటు బట్టలు కూడా పెట్టి పంపేది.

సుమారు నాకు 3 సంవత్సరాల వయస్సు నుండీ జరిగిన విషయాలు కొన్ని అలా గుర్తుండి పోయాయి. Almost నాకు 7 సంవత్సరాల దాకా అమ్మ కొంగు పట్టుకుని అమ్మ చాటునే బ్రతికాను. Of course, school కి కూడా వెళుతున్నాననుకో. నేను రెండవ తరగతికి వచ్చేదాకా అమ్మ మా దగ్గరే ఉంది. అప్పటికే పెద్దక్కలు teenage కు రావడంతో చిన్నవాళ్ళమైన నా భాద్యతను

నా పెద్దక్కకు, నా మూడవ అక్క బాధ్యత మా పెద్దమ్మ కూతురికి అప్పగించి తాను నాన్నకు సాయంగా ఉండడం కోసం అప్పుడప్పుడు నాన్న projects ఎక్కడ ఉంటే అక్కడికి వెళ్లి వస్తూ ఉండేది. ఆ సమయంలో మా దగ్గర అమమ్మో, మా డ్రైవర్ వాళ్ళ అమ్మో వచ్చి ఉండేవాళ్ళు మాకు తోడుగా.

సెలవులకు మేము తమ దగ్గరకు వెళ్లడమో or అమ్మ నాన్నే మా దగ్గరకు రావడమో జరిగేది. చాలా చాలా ఆనందంగా గడిచేవి ఆ రోజులు.

ఇలా ఎంతమంది ఉన్నా slow గా నాలో ఒంటరితనం అలుముకుంది. నా ఒంటరి తనానికి కారణం నా అక్కలే. వారందరిలో నేను వయసులో చిన్నదాన్ని అవడంతో వారి సంభాషణల్లో నన్ను చేర్చుకునేవారు కాదు. పైపెచ్చు వాళ్ళు కబుర్లు చెప్పుకునే సమయం వచ్చినప్పుడు (evenings కరెంటు పోయేది రోజూ) నన్ను దేవుడి గదిలో పెట్టి తాళం పెట్టేవారు. ఇండియాలో సాయంత్రాలు కరెంటు పోతుంది కదా అప్పుడు. ఆ చీకటి గదిలో భయంతో ఏడ్చి ఏడ్చి బుగ్గలు కూడా అట్టలు కట్టినట్లు అయ్యేవి. పెద్దగా అరిచినా, పెద్దగా ఏడ్చినా తలుపు తీసి కొట్టి మళ్ళీ గదిలో పడేసి వెళ్ళేవారు పెద్ద అక్కలు ఇద్దరూ. అలా sound రాకుండా ఏడవడం ఆ వయసునుండే అలవాటు అయ్యింది. ఇప్పుడు నవ్వు వస్తున్నా అప్పట్లో చాలా బాధ అనుభవించాను. దానితో నాకు తెలియకుండా నాలో ఒకలాంటి మొండి ధైర్యం, మొండితనం కూడా అలవాటయ్యింది.

నా పెద్దమ్మ కూతురే నన్ను రూంలో బంధించేది. తమాషాగా నా తోడ పుట్టిన వాళ్ళు కూడా తనకు సహాయం చేసేవారు. నేను అమ్మకు చెప్పినా రెండవ అక్క వచ్చి, ఇది అంతా అబద్ధం చెబుతుంది. అలా జరగలేదు, అప్పుడు చెప్పేది నిజం కాదు అని దొంగ సాక్ష్యం చెప్పేది ఎవ్వరూ అడగకపోయినా. మరి రెండవ అక్క మాటలు నమ్మో or తను పెద్దమ్మ కూతురు అవడం మూలానో తనను ఏమీ అనేది కాదు అమ్మ. అమ్మ దగ్గరలో లేనప్పుడు చూసి పెద్ద అక్కలిద్దరూ నన్ను కొట్టేవారు అమ్మకు చెప్పినందుకు. ఆ భయంతో నా బాధను ఇంకొకరితో పంచుకోవడం కూడా మానేశాను ఆ వయసు నుండే.

రూంలో బంధించబడడమే కాకుండా దెబ్బలు కూడా తినవలసి వస్తుందడంతో అమ్మకు చెప్పడం కూడా మానుకున్నాను. Of course, ఇది అంతా అమ్మ, నాన్న మా దగ్గర లేనప్పుడు మాత్రమే, వాళ్ళు మా దగ్గరే ఉన్నప్పుడు మాత్రం స్వర్గంలా ఉండేది ఇల్లు. మేము చేసే అల్లరి పనులకు అమ్మ సరదాగా కోతులు అని తిట్టడం, మేము చెవులు గిల్లుకోవడం, weekend అయితే సినిమాకు వెళ్ళడం, రేడియోల్లో వచ్చే సినిమా పాటలకు డాన్సులు వేయడం ఇలా చాలా చాలా. అమ్మ మా దగ్గర ఉంటే చాలా ఆహ్లాదంగా ఉండేది.

అమ్మ బయటకు వెళ్తుంటే మాత్రం నేను వస్తానని మారాం చేసి వెంట వెళ్ళే దానిని వీలైనంతవరకు. అలా అమ్మతో జిల్లెళ్ళ మూడెమ్మ, పెద్ద బాలయోగి, చిన్న బాలయోగిలను కూడా చూశాను. అమ్మకు భక్తి ఎక్కువ. పొద్దున తను పూజచేసుకున్నా, మేమూ అలవాటు పడాలని సాయంత్రాలు వంతుల వారీగా ఒకరు తులసికోట దగ్గర దీపం పెడితే ఇంకొకరు దేవుని దగ్గర దీపం పెట్టించడం లాటివి చేయించేది. ప్రతీ వేసవి సెలవులకు 3 ఇళ్ళ వాళ్ళం కలిసి నెల్లూరు వెళ్ళి, మేనత్తలు, అమ్మమ్మ, నాయనమ్మల కుటుంబాలతో కలిసి తిరుపతి వెళ్ళే వాళ్ళం. సెలవలు మాత్రం చాలా సరదాగా గడిచేవి.

అందుకే అమ్మ నా దగ్గర ఉండాలని కలలు కనే దానిని! ఇంటినుండి school కు అర్ధగంట పైనే ప్రయాణం car లో. పొద్దున్నే స్కూలులో వదిలేసి school వదిలేసే time కి మరలా car వచ్చి pick చేసుకుంటుంది. అందరూ వచ్చి car ఎక్కేసరికి ఇంకో 1/2 గంట wait చెయ్యాలి. స్కూల్ కూడా ఇంటికి దూరం అవడంతో నా స్కూల్ ఫ్రెండ్స్ ఎవరూ ఇంటికి దగ్గరలో లేరు. అందరం కలిసి ఇంటికి ఒకేసారి వెళ్ళాలి కాబట్టి స్కూల్లో friend's తో ఆడుకోవడానికి time కూడా ఉండేది కాదు.

మిగిలిన సెలవలలో ఇంటి దగ్గరే వుండే వాళ్ళం. సంక్రాంతికి పిండి వంటలు వండుకోవడం వాటిని పంచడంతోనే సరిపోయేది. ఒకసారి శ్రీరామనవమికి ముగ్గురు అన్నదమ్ములా కలిసి గుంటూరు సెంటర్లో పెద్ద పెద్ద పందిర్లు వేయించారు. దానితో నాయనమ్మ అమ్మమ్మ వాళ్ళే గుంటూరు వచ్చి భారీ

ఎత్తున రాములవారి పెళ్ళి జరిపించారు. ఎవరన్నా సాయం కోసం ఇంటికి వస్తే అమ్మ, బాబు ఇద్దరూ లేదనకుండా సాయం చేసేవారు. ఇంట్లో చేయడానికి మాకు పని కూడా ఏమీ ఉండేది కాదు. అన్ని పనులు చేయడానికి పని వాళ్ళు ఉండేవాళ్ళు ఇంటి వెనక ఉన్న servant quarters లో.

పెద్దమ్మ పెదనాన్నకి ఒక కూతురు ముగ్గురు అబ్బాయిలు అన్నాకదా. ఆ అన్నయ్యలు సెలవలకి ఇంటికి వచ్చినప్పుడు చిన్న అన్నయ్య నేను కలిసి గోడలు దూకడం, చెట్లు ఎక్కడం, bow and arrow లతో తొండలను వేటాడటం చేసేవాళ్ళం. అలా ఎన్ని తొండలను చంపామో. ఆ పాపం ఊరికే పోదు కదా, చిన్నతనంలో ఆ విషయం తెలియక పోయినా ఇప్పుడు బాగా అర్థం అవుతుంది జీవితంలో అన్ని కష్టాలు ఎందుకు పడ్డానో. అలా నా కష్టాలు అన్నీ సృష్టించు కొన్నది నేనే.

4th class కు వచ్చాను. నాతోపాటు నా ఒంటరితనం కూడా పెరుగుతూ వచ్చింది. పెద్దయ్యేకొద్దీ వీళ్ళు నా అసలు తల్లిదండ్రులు కాదు. నన్ను వీళ్ళు ఎక్కడినుండో తెచ్చుకొని పెంచుకుంటున్నారు అనుకునేదాన్ని. నా బాధలను అప్పట్లో ఒక బుల్లి డైరీ లో రాసుకునేదాన్ని. నేను లేని సమయం చూసి నా డైరీ చదివిన నా రెండో అక్క అందరికీ చదివి వినిపించి నన్ను ఏడిపించడం మొదలెట్టింది. కోపంతో ఆ డైరీ చించేశాను. ఎవరికీ కనిపించకుండా నాలో నేను ఏడ్చుకుంటూ వుండేదాన్ని. దీనికి మేడమీది గది బాగా ఉపయోగపడేది. ఆ ఇల్లు వదిలి ఆ మనుషులను వదిలి దూరంగా పారిపోవాలి అనిపించేది. నా అసలు తల్లిదండ్రులను చేరుకోవాలి అనిపించేది. ఎందుకు నన్ని కష్టాల్లో వదిలేసారో అడగాలని అనిపించేది. ఎందుకు వాళ్ళకు నేనంటే ఇష్టం లేదో కనుక్కోవాలనిపించేది.

ఇంకొంచెం పెద్ద వయసు (9yrs) వచ్చినా అక్క వాళ్ళు వారి కబుర్లల్లో నన్ను రానించే వారు కాదు. ఇంటి రెండవ అంతస్తు దాటి ఇంకా పైకి (rooftop) వెళ్ళడానికి పెద్ద పెద్ద చెక్కమెట్లు ఉండేవి. నేను కొంచెం ఎత్తు పెరగడంతో

కొంత కష్టంతో ఆ మెట్లు ఎక్కగలిగే దానిని. ఒంటరిగా మేడ పైకి వెళ్లి చుక్కలను చూస్తూ ఏడుస్తూ ఒంటరితనం అలవాటు చేసుకున్నాను. నా వాళ్ళుగా ఎంతమంది వున్నా నాకు ఎవ్వరూ లేరు అనిపించేది. ఆ వయసులోనే మేడమీదనుండి దూకి చనిపోతే నా కోసం ఏడ్చేవారు ఎవ్వరు లేరు అనిపించేది. కానీ మేడపైన నేల మీద పడుకాని చుక్కలను చూస్తూ ఉంటే ఎంతో ప్రశాంతతగా ఉండేది. ఆ వయసులో చందమామ, బాలమిత్ర కథలు బాగా చదివేదానిని. రాలే నక్షత్రాలను (తోకచుక్క) చూసి ఏమన్నా కోరుకుంటే నెరవేరుతుందని ఒక కథలో చదివి, అమ్మ నా దగ్గరకు రావాలి అని కోరుకునేదానిని ప్రతీసారీ రాలే నక్షత్రాలను చూస్తూ.

ఆ వయసులో చాలా పనులు అక్కలు ఎందుకు అలా చేస్తున్నారో అర్థం అయ్యేది కాదు. బహుశా నాకు ఒక జన్మకూ, ఇంకొక జన్మకూ కొన్ని వందల సంవత్సరాలు వ్యత్యాసం ఉండటం వలననేమో. మా ఆలోచనలలో గానీ, మేము చేస్తున్న పనులలో గానీ చాలా వ్యత్యాసాలు ఉండేవి. నిజానికి వారికి ఉన్న sharpness, తెలివితేటలు నాకు ఏ మాత్రం లేవు. అందుకే నేమో వాళ్ళతో ఎక్కువ కలవలేకపోయే దానిని.

మా అక్క చెల్లెళ్ళ మనస్తత్వం గురించి ఒక్క చిన్న example చెబుతా. సినిమాకి వెళ్ళినప్పుడు ఒక అక్క heroine ఏ చీరలు కట్టింది అని చూస్తే, ఇంకొక అక్క heroine makeup ఎలా వేసుకొన్నది అని చూస్తే, మరోక అక్క కథ ఎలా అల్లాలి అని చూస్తే, ఇంకొక అక్క పాటలు ఎలా పాడాలో అని చూస్తే, నేను అయ్యో వాళ్ళు నాలాగే ఎన్ని బాధలు పడుతున్నారు అని చూసేదాని. ఇలాగే ఉండేవి మా మనస్తత్వాలు కూడా. ఈ విషయం నాకు అప్పట్లో తెలీదు ఇప్పుడు... ఇన్నేళ్ళ అనుభవంతో తెలుసుకొన్న సత్యాలు అప్పుడే వారి నోటి వెంట తెలీకుండానే వచ్చేవి. ఎంత ఆశ్చర్యమో కదా! చిన్న పిల్లలను, వారి మాటలను, ప్రవర్తనను గమనిస్తే వారి భవిష్యత్తును ఎంత స్పష్టంగా చెప్పవచ్చో. మన ఆలోచనే మన జీవితం. మన భవిష్యత్తుకు పునాదులు మనమే వేసుకుంటాము కొన్ని తెలిసి మరికొన్ని తెలియక.

పెద్దక్కలకు, చిన్న వాళ్లకు 7, 8 సంవత్సరాలు తేడా ఉండడంతో నేను కూడా school కు వెళ్లడం మొదలెట్టిన దగ్గర నుండి పెద్దమ్మ కూతురికి నా చిన్నక్కని, నా పెద్దక్కకు నన్ను చూసుకొనే బాధ్యత అప్పగించింది అమ్మ. అంటే పెద్ద వాళ్లు మేము స్నానాలు చేశాక మాకు జడలు వేసి రెడీ చేయడం, మా lunch వాళ్లే carry చేసి స్కూల్లో lunch తినిపించడం లాంటి వాటిలో సహాయం చేసేవారు. స్కూల్లో లంచ్ టైం లో అక్క క్లాసు దగ్గరకు వెళ్లి తను పెట్టిన భోజనం తిని మరలా నా క్లాసు కు వచ్చేసరికి లంచ్ టైం అయిపోయేది. అలా లంచ్ టైంలో కూడా ఫ్రెండ్స్ తో ఆడుకోవడానికి సమయం ఉండేది కాదు. అలా ఇంటిలోనూ బయటా కూడా ఎవ్వరితో మాట్లాడే అవకాశం రాలేదు నాకు. రాలేదు అనేకంటే కోల్పోయాను అనడం ఉత్తమం.

నాన్న తన friend కుక్కకు పిల్లలు పుట్టాయని ఒక కుక్క పిల్లను తెచ్చాడు మా కోసం. దానికి లూసీ అని పేరు పెట్టాము. దాంతో అందరం చాలా సరదాగా గడిపేవాళ్లం. లూసి జ్ఞాపకాలు రాయాలంటే ఎన్ని పుస్తకాలు రాసినా సరిపోదు. లూసి నాకు ఒక మంచి స్నేహితురాలు. నేను చేసే ప్రతీ పనిలో అది తోడు ఉండేది. స్కూల్ నుండి ఇంటికి వెళుతున్నాను అంటే, లూసి తోటి ఎపుడెపుడు ఆడుకుందామా అన్నంత ఆత్రంగా వుండేది. లూసీ ఇంటికి వచ్చినప్పుడు దాని వయసు 3 వారాలు. అది dash hound అనే మరగుజ్జు జాతి. మా చిన్న చేతుల్లోనే అరచేతిలో పట్టెంత బుల్లిది లూసి. అందరం జాగ్రత్తగా చూసుకొని నడవవలసి వచ్చేది లూసీ ఎక్కడ కాలి క్రింద పడుతుందో అని.

ఒకసారి చందమామ కథల్లోని ఈ క్రింది కథ చదివి, భయం పోయి అప్పుడప్పుడు లూసీతో పాటు పై గదిలో పడుకోవడం, సాయంత్రం కరెంటు పోయినప్పుడు చీకట్లో ఇంటి చుట్టూ తిరిగి రావడం or rooftop కి వెళ్లి చుక్కలను చూడడం చేసే దానిని. చిన్నప్పుడు దేవుని గదిలో రంగుల సుడిగుండంలా గాలిలో రింగులు తిరుగుతూ నా వైపు రావడం చూశాను. అప్పటినుండీ ఒక్క దేవుని గదిలోకి వెళ్లడానికే భయం వేసేది పగలు అయినా, రాత్రి అయినా.

ఒకానొక ఆడవిలోని కొలను పక్కన
వున్న చిన్న ఇంటిలో ఒక పేదరాలు
నివసిస్తూ ఉండేది. ఆమెకు ఒక్కగా
నొక్క కొడుకు, వాడి పేరు సుమంతుడు.
వాణ్ణి చిన్నప్పటినుంచి ఎంతో గారాబంగా
పెంచింది తల్లి.

ఒకనాటి రాత్రి సుమంతుడూ, తల్లి
తమ చిన్న ఇంటిలో హాయిగా నిద్ర
పోతున్నారు. వున్నట్టుండి గాలి ప్రారం
భమై ఉరుములూ, మెరుపుల్తో వాన
కూడా ఆరంభమయింది. ఆ గాలి వాన
శబ్దం విని తల్లి మేల్కొన్నది. కొడుకును
నిద్ర లేపి, "అబ్బాయి, నాకు భయంగా
వుంది, ఆ కిటిక రెక్కలు కాస్త మూసి
వద్దూ," అని చెప్పింది.

సుమంతుడు నిద్ర లేచాడు. తల్లి
మాటలు విన్నాడు. 'భయం' అన్న
మాట వాడి జీవితంలో యిదే మొదటి

సారిగా వినటం. అందుచేత ''కిటికీలు
మూస్తాలే, అమ్మా. 'భయం' అంటా
వేమిటి? ఆదెలా వుంటుంది?" అని
అడిగాడు.

కొడుకు అడిగిన ఈ ప్రశ్నకేమీ జవా
బివ్వలేదు తల్లి. "కుర్రకుంకకి, యీ విప
రాలన్ని చెప్పెదెవిళ్ళ," అనుకుని తిరుగా
కునుకు తీసింది.

దానితో సుమంతుడికి ఆ 'భయం'
అంటే ఎలా వుంటుందో చూడాలని
పించింది.

ఇక యిలా కాదు అనుకుని, మెల్లిగా
తలుపు తీసుకొని బయటికి వచ్చేశాడు.
ఆ చీకట్లో గాలివానలో ఆడవి వెంటపడి,
"భయం! నివెలా వుంటావ్? ఎక్కడ
ఉంటావ్?" అని అరుస్తూ పోసాగాడు.
"నాయనా, పచ్చావా? ఈయ్యల
అందక యిందాకట్నించి ఎవరొస్తారా

చేసింది. దానికి సుమంతుడికి కోపం వచ్చి రాక్షసి కింద పడేలా చేతులతో గుంజాడు.

బ్రహ్మరాక్షసి బోర్లా కింద పడింది. ఆ పడటంలో నోటి కోరలు రెండూ విరిగి పోయినై, కుయ్యో మొర్రో అంటూ అది అక్కడినించి పారిపోయింది.

సుమంతుడు ఆ యింటినించి బయటికి వచ్చాడు. అప్పటికి బాగా సూర్యోదయం అయింది, గాలివానా వెలిసినై, అడవిలో మరి కొంత దూరం ముందుకు నడిచాడు.

ఒక చోట కొండరాళ్ళ మీద కూర్చొని వున్న కొందరు దొంగలు ఆతడికి కనిపించారు, వాళ్ళు సుమంతుణ్ణి చూచి, ''ఎవడవురా నువ్వు? ఇక్కడ పెట్ట ఎగరటానికే భయపడుతుంది, రాజుగారి సైన్యాలు రావటానికే జంకుతై, నువ్వేమొ భయం లేకుండా యిటు వస్తున్నావ?'' అన్నారు.

''ఆ భయం ఏమిటో, ఎలా వుంటుందో చూద్దామనే వస్తున్నాను!'' అన్నాడు సుమంతుడు.

దొంగలకు యీ జవాబు నవ్వు తెప్పించింది. వాళ్ళు ఒక పెనం, అట్లకాడా, అట్లపిండి సుమంతుడి చేతికిచ్చి, ''ఆ చెట్లల్లో వున్న శ్మశానంలోకి వెళ్ళి,

అని చూస్తున్నాను. నువ్వు కాస్త నన్ను భుజాల మీద నిలబడనిచ్చావంటే, పైనవున్న ఉయ్యాల నుంచి మా బాబును కిందకు దింపుతాను,'' అన్న జవాబు వినబడింది.

సుమంతుడు సరే అని అక్కడికి వెళ్ళాడు, అక్కడ ఒక యింటిలో ఒక స్త్రీ నిలబడి వున్నది. పైన దూలానికి ఉయ్యాల వెలాడుతోంది.

నిజానికి ఆవిడ మానవస్త్రీ కాదు, రాక్షసి. ఆ సంగతి తెలిని సుమంతుడు ఆమెను తన భుజాల మీద ఎక్కించు కొన్నాడు. రాక్షసి, సుమంతుణ్ణి తన కాళ్ళతో నలిపి చంపాలని ప్రయత్నం

ఈ పిండితో ఒక రొట్టె కాల్చుకురా, భయం అంటే ఏమిటో నీకే తెలుస్తుంది!'' అన్నారు.

సరే అని సుమంతుడు శ్మశానంలోకి వెళ్లి పొయ్యి రాజేసి పెనం మీద రొట్టె కాల్చసాగాడు. ఆ పక్కనే వున్న సమాధి లోంచి యింత పెద్ద చెయ్యి బయటికి వచ్చి. ''అబ్బాయ్! నాక్కూడ రొట్టె రుచి చూపించవూ?'' అన్నది.

పని తొందరలో వున్న సుమంతుడికి భలే చిరాకెత్తుకొచ్చింది.

''రొట్టె రుచి చూపించాలా? బతికి వున్న వాళ్ళ ఆకలి తీర్చెముందు, నీ ఆకలే తీరుస్తాను,'' అంటూ చేతిలో వున్న అట్లకాడతో ఒక్క దెబ్బ వేశాడు. ఆ దెబ్బతో చెయ్యి సమాధిలోకి మాయ మైంది.

తరవాత రొట్టె కాల్చి సుమంతుడు దొంగల దగ్గరకు వచ్చి శ్మశానంలో జరిగినదంతా వాళ్ళకు చెప్పాడు. దొంగలకు సుమంతుడి నిర్భయత్వం చూసి హడలుచ్చుకుంది.

''బాబూ, నీకు భయాన్ని చూపెట్టడం మా వల్ల కాదు. యక్కడినుంచి తొంద రగా కెలవు వుచ్చుకో, నీ పుణ్యం వుంటుంది! మమ్మల్ని యిలా బతక నియ్య.'' అని బతిమలాడారు.

సుమంతుడు అక్కణ్ణించి మరికొంత దూరం వెళ్ళసరికి ఒక వృద్ధురాలు ఎదు రైంది. ''ఎందుకు నాయనా. యీ ఆడ విలో ఒంటరిగా యిలా తిరుగులాడు తున్నావ్? మీది ఏ వూరు? ఏం పని?'' అని అడిగింది.

సుమంతుడు సంగతంతా చెప్పి, ''అవ్వా. భయం అంటే ఎలా వుంటుందో చూడాలన్న కోర్కె యింకా నెరవేర లేదు,'' అన్నాడు.

అందుకు అవ్వ నవ్వుతూ, ''అలాంటిదే నాకూ ఒక మనమరాలు వుంది. రా నాయనా, నీ కోర్కె అది నెరవేరుస్తుం దేమో!'' అని వెంట తీసుకుపోయింది.

ఆవ్వ మనమరాలు భలే జిత్తులమారి. సుమంతుడి కథ అంతా విని ఒక యుక్తి పన్నింది. వేళ కాగానే సుమంతుడికి అన్నం వడ్డించి, అంత ఎదంగా నిలుచున్నది. తీరా సుమంతుడు అన్నం కలుపుకొని ముద్ద నోట్లో పెట్టుకోబోయే సరికి, ''వుండు. వుండు. వండిన కూర చట్టి తేవటం మరిచిపోయాను,'' అంటూ వంటయింట్లోకి వెళ్ల ఒక పెద్ద చట్టి తెచ్చి ఆతడి ముందు పెట్టింది.

సుమంతుడు కూర వేసుకుందామని చట్టి మూత తెరిచాడు. ఆ వెంటనే అందులోంచి టపటపమనే శబ్దం వచ్చింది. 'ఆఁ' అంటూ సుమంతుడు భయపడి, కూర్చున్న పీట మీద నుంచి వెనక్కు ఒరిగిపోయాడు.

చట్టిలో మూత పెట్టబడివున్న పిచ్చుక ఒకటి తుర్రుమంటూ బయటికి ఎగిరి పోయింది. భయమంటే ఏమిటో తెలియని సుమంతుడు. ఆ పిచ్చుక కేసి చూస్తూ వుండిపోయాడు.

ఆవ్వ మనమరాలు విరగబడి నవ్వుతూ. ''ఆలా చూస్తావెందుకు? యిప్పుడు తెలిసిందా, 'భయం' అంటే ఎలా వుంటుందో?'' అని ఆడిగింది.

సుమంతుడికి సత్యం ఒప్పుకోక తప్ప లేదు. ''ఆవును, భయం అంటే ఏమిటో యిప్పటికి తెలిసింది. యక మా అమ్మ దగ్గరకు వెళ్తాను. మీ యిద్దరు కూడా మా యింటికి వస్తే మా అమ్మ చాలా సంతోషిస్తుంది,'' అంటూ లేచాడు.

మగదిక్కు లేనివాళ్ళు కనక, ఆవ్వా, మనమరాలూ కూడా సుమంతుడి కోరికపై వాళ్ళ యింటికి వెళ్ళారు. సుమంతుడి తల్లికి మహదానందం కలిగింది. అందరూ కలిసి ఒకే కుటుంబంగా బ్రతకసాగారు. సుమంతుడు కూడా ఒళ్ళు వంచి పని చేస్తూ, అన్ని విధాలా మంచివాడనిపించు కున్నాడు.

కొన్నళ్ళ తర్వాత, సుమంతుడికి, యుక్తిపరురాలైన ఆవ్వ మనమరాలుకూ వివాహం జరిగింది.

భయం అంటే?

ఈ కథ నేను సుమారు 9 సంవత్సరాల వయసులో, 4వ తరగతి చదువుతుండగా చందమామ పుస్తకంలో చదివాను. నాకు ఎంతో నచ్చిన, నన్ను ఎంతగానో ఆకట్టుకున్న, ఇప్పటికీ గుర్తుక ఉన్న, కథ ఇది.

సమంతుడు భయమేంటో తెలియకుండా పెరిగి, భయం అంటే ఏంటో తెలుసుకుంటే, అప్పటిదాకా భయపడుతూ బ్రతుకుతున్న నేను, ఒర్ని భయమంటే ఇంతేనా? అది ఒక ఫీలింగ్ మాత్రమే అని తెలుసుకొని, భయం లేకుండా బ్రతకడం నేర్చుకున్నా.

నా life ని పూర్తిగా మార్చిన కథ ఇది! చిన్నతనంలో నేను ఈ కథను ఎంతమందికి చెప్పానో. ఈ కథ మీకు ఎలా అయినా అందించాలి అని ఒక ఆలోచన వచ్చింది. ఇంటర్నెట్‌లో search చేస్తే దొరకలేదు. ఎలా అయినా ఈ కథ దొరికితే బాగుండు అని, నా searching కు కొంచెం break ఇచ్చి, phone పట్టుకున్న. నేను ఎవరినీ అడగకుండానే, చాలా యాదృచ్ఛికంగా ఈ చందమామ కథలు (ఒక friend, ఒకసారి నీకు చందమామ కథలు అంటే ఇష్టం అన్నావుగా ఇవిగో అని ఒక link పంపాడు. కొంత కష్టపడ్డాక అందులో దొరికింది నాకు కావలసిన కథ!) నా దగ్గరకు వచ్చాయి. It's a miracle.

అమ్మ ఎక్కువగా దగ్గర ఉండలేకపోవడం, అక్కల ప్రవర్తన వల్ల నేనూ లూసీ మేడమీది ఒక గదిలో పడుకునే వాళ్ళం. రాత్రి లూసి నా చేతి మీదో, కాలి మీదో తల పెట్టి పడుకునేది. నాకు అర్ధరాత్రి కదలాలి అనిపించినా పాపం లూసి లేస్తుంది ఏమో అని అలాగే కదలకుండా పడుకునేదాన్ని. రోజూ రాత్రి ఒకే కల వచ్చేది నాకు. తెల్లని మేఘాలు ఆకాశం నుంచి పెరుగుతూ పెరుగుతూ వచ్చేవి నా దగ్గరకు. అవి అలా అలా పెరుగుతూ పెరుగుతూ దగ్గరకు వచ్చి ఉక్కిరి బిక్కిరి చేయడంతో ఊపిరాడక టక్కున నిద్ర లేచేదానిని. రోజూ అదే కల వచ్చేది. కలలో ఏ విధమైన మార్పు ఉండేది కాదు.

నేను 5th క్లాస్‌కి వచ్చాక ఇంకో కల కూడా వచ్చేది మరికొన్ని సంవస్సరాలు. అదేమిటంటే అర్ధరాత్రుళ్ళు గజ్జల శబ్దాలు వినిపించేవి. ఎవరో గజ్జలతో slow గా నడుచుకొంటూ మెట్లు ఎక్కి పైకి వచ్చి నా గది దగ్గర తచ్చట్లాడేవారు. గదికి lock వేసుకుని పడుకునేదాన్ని. నాకు భయంగా అనిపించినా, లూసీ తోడుగా ఉండడంతో, అక్క వాళ్ళ దగ్గర పడుకోవడం ఇష్టం లేకపోవడంతో మొండిగా పై గదిలో ఒక్కదాన్నే పడుకునేదాన్ని. ఇలా అనుభవం అయిన ప్రతీ సారీ నన్ను నేనే పాతిపెట్టుకొనే దానిని. రోజూ ఇదే కల. పాతిపెట్టు కొనే స్థలం వేరు కావచ్చు. ఒకసారి కొండ గుహల్లో, మరోసారి భూమిలో. అలా నన్ను నేనే పాతిపెట్టుకొనే దానిని.

నేను చాలా పెద్ద అయ్యాక అంటే ఈమధ్య నా పెద్దక్కతో మాట్లాడినప్పుడు గాని అర్థం కాలేదు. అందరికి నాలా ఒకే కల రాదని. ఈ విషయం తెలియక పోవడానికి కారణం నేను మనసు విప్పి ఎవరితో మాట్లాడే అవకాశం లేకపోవడమే.

నాతో పాటు చాలా అనుమానాలు నాతో పెరుగుతూ వస్తున్నాయి. వాటిలో ముఖ్యమయినవి ఇవి.

1. ఎందుకు వీళ్ళు అబద్ధాలు చెబుతున్నారు. దాని వలన వచ్చే లాభం ఏంటి?

2. జరిగిన విషయాలే మళ్ళి మళ్ళి ఎందుకు జరుగుతున్నాయి? అచ్చు ఇలాగే ఇంతకు ముందు జరిగింది కదా. మళ్ళా అచ్చు అలాగే ఎలా జరుగుతుంది?

3. నేనెందుకు వీళ్ళతో కలవలేక పోతున్నాను?

4. అసలు ఎవరికి ఏమి కావాలో... ఇంకొకరు నిర్ణయించాలి అనుకొంటారెందుకు? వాళ్ళు చెప్పింది ఎందుకు చెయ్యాలి? నాకు నచ్చినట్లు నేనెందుకు ఉండకూడదు?

సద్రుశ్య

చిన్నప్పుడే నా కుటుంబం నాకు అన్నింటినీ తట్టుకుని నిలబడగలిగే ధైర్యం, శక్తిని నాకు గురువై బోధించింది.

వీటిల్లో ముఖ్యంగా నేను మీకు elaborate చెయ్యవలసింది 2nd point. అప్పటిలో నాకు అనుభవం లేక ఈ విషయం అర్థం అయ్యేది కాదు. ఇది ఇలాగే ఇంతకుముందు జరిగింది కదా! అని నేను పెద్దక్కతో అప్పుడప్పుడు అడిగేదానిని. నువ్వు తేడా అంటూ గేలి చేసేది.

సరే అలా ఎందుకు అనిపించేదంటే... ఆ వయసులోనే నేను నిద్రపోతున్నప్పుడు నా soul travel చేస్తూ ఉండేది. వింతగా అవి అన్నీ కూడా నాకు గుర్తు ఉండేవి. అందుకే అది future కు వెళ్ళి వచ్చినప్పుడు చూసిన & చేసిన విషయాలు నాకు గుర్తుకు ఉండి, జరిగినవే మరలా జరుగుతున్నట్లు భ్రమ పడేదాన్ని. అలా జరిగినప్పుడు ముందుగా ఈ విషయాలు నాకు ఎలా తెలుస్తున్నాయి అని confuse అయ్యేదానిని. దీనినే మనం Deja Vu అంటాము.

ఒకసారి వెనక వీధిలో వీధినాటకం వేస్తున్నారు అని తెలిసి నేనూ వెళతాను అంటే అమ్మ పనిపిల్లను తోడిచ్చి పంపించింది. అది భస్మాసురుని నాటకం. చాలా interesting గా చూశాను. చెప్పాగా ఇంతక ముందు ప్రతీ కష్టాన్ని నాతో అన్వయించుకుంటాను అని. పాపం శివుని మీద జాలేసింది. శివుడు వరం ఇస్తే అది తన మీదే ప్రయోగిస్తాడు భస్మాసురుడు. శివుడు నానా తంటాలు పడతాడు తప్పించుకోవడానికి.

అప్పట్లో శివుని రూపం నచ్చి ఒక calendar నా గదిలో పెట్టుకున్నా. నాటకం చూసి ఇంటికి వచ్చి ఆ క్యాలెండరు దగ్గరకు వెళ్ళి అయ్యయ్యో నీకెంత భయమేసిందో కదా! నీ problems అన్నీ నాకు ఇచ్చెయ్యి, నాకు ఇలాటివి అలవాటే నువ్వు happy గా ఉండొచ్చు అని శివుడికి చెప్పాను. ఇప్పుడు తల్చుకుంటే నా అమాయకత్వానికి నాకే నవ్వొస్తుంది కానీ చిన్నతనంలో శివుడు పడ్డ కష్టం చూసి అప్పటినుండీ శివుణ్ణి ఇష్టపడటం start చేశా.

7th class నుంచి నాలో కొంత ధైర్యం వచ్చింది. కారణం పెద్ద అక్కలకు పెళ్ళిళ్లు అయిపోయి ఇల్లు వదిలిపెట్టడమే. మిగిలిన ఇద్దరక్కలూ కూడా collage కు వెళ్ళిపోవడంతో school కు నేనొక్కదానినే వెళ్ళి వచ్చేదానిని. మంచి friends ఏర్పడ్డారు school లో. ఒక్కొక్కసారి నన్ను వాళ్ళ ఇంటికి తీసుకుపోయేవారు lunch hour లో. నేను తెచ్చుకున్న భోజనమే అయినా వాళ్ళ ఇంటికి తీసుకుపోయి తినేదానిని. కొంత మంది స్నేహితుల నాన్నలు వారితో చాలా ఆప్యాయంగా మాట్లాడేవారు. నాకు చాలా ఆశ్చర్యం ఉండేది. నాన్నలు కూడా ఇంత ప్రేమగా ఉంటారా అని.

ఇంట్లో అమ్మే మాతో ఎక్కువ మాట్లాడుతుంది, నాన్న చాలా తక్కువ. అమ్మ నా బాగోగులు బాగా చూసుకుంటుంది కానీ నాతో కంటే అక్కలతో ఎక్కువగా మాట్లాడుతుంది. చిన్నదాన్ని అని నాకేమీ తెలీదు అన్నట్లుగా ఉండేవాళ్ళు ఇంటిలో అందరూ. సరే నాన్న అయినా నాతో ప్రేమగా ఉంటారేమో చూద్దాం అని నాన్న తో ఎక్కువగా మాట్లాడడం మొదలెట్టాను. నాకు మా నాన్న నచ్చారు. ఏమన్నా అడిగితే సమాధానం చెప్పేవారు. చిన్నదాన్ని తీసి పారేసేవారు కాదు.

నేను నాట్యం నేర్చుకొంటాను అని నాన్నకు చెబితే money ఇచ్చాడు. School అయ్యాక అక్కడికి దగ్గరలో ఉన్న నాట్యశాలలో join అయ్యాను. వారం కూడా కాకుండానే అమ్మకు తెలిసి మానిపించింది. ఈత నేర్చుకొంటాను అన్నా పంపేది కాదు. మేము చిన్న పిల్లలుగా వున్నపుడు తనకు ఇష్టమయిన వీణ & సంగీతం నేర్చుకోమనేది. ఇవి నేర్చుకోవడానికి ఒక వీణను కాని, నేర్పించే టీచర్స్ ఇంటికే వచ్చి నేర్పించేటట్లు ఏర్పాటు చేసింది. అక్కలకు ఇష్టం అనుకుంటా బాగానే నేర్చుకానేవాళ్ళు. కానీ ఆ రెండూ నాకు ఇష్టం ఉండేది కాదు. నేను పెద్దయ్యాక కొత్తగా వచ్చిన గన్నవరం airport లో Pilot lessons నేర్పిస్తున్నారు అని తెలిసి, నేనూ నేర్చుకుంటా అంటే బాబు సరే అన్నాడు. కానీ అమ్మ ఒప్పుకోలేదు.

అలా తాను చెప్పింది నేను చేయక, నేను కోరింది తాను ఒప్పుకోక జరిగిపోయింది బాల్యం అంతా.

నేను 9వ తరగతికి వచ్చాక గానీ ఇంటి పరిస్థితులు అర్థం కాలేదు. పెద్దనాన్నలు నాన్నని బిజినెస్‌లో మోసం చేస్తున్నారని. ఈ విషయమై అమ్మ నాన్న దగ్గర బాధపడేది ఏమిటిది ఇలా అయితే మిగిలిన పిల్లల పెళ్లిళ్లు ఎలా చేయాలి అని. ఎవరు తింటున్నారు నా అన్నలే కదా అనేవారు నాన్న ఏ మాత్రం చింత లేకుండా. ఏమీ చేయలేక డబ్బు చూసుకొని పొదుపుగా ఖర్చు పెట్టేది అమ్మ.

రెండో అక్కకు కూడా పెళ్లి అవడంతో నన్ను నా చిన్నక్కను గుంటూరు నుండి గాజువాకకి తీసుకుపోయారు. అక్కడ మళ్ళీ కొత్త ఫ్రెండ్స్ కొత్త లైఫ్. ఇంటి పక్కనే నా school. అమ్మ నాన్న ఇద్దరు పిల్లలం. ముచ్చటగా ఉండేది. Weekends Vizag beach కో, restaurant కో, మూవీ కో తీసుకుపోయేవారు. ఇప్పుడు చిన్న కుటుంబం బాగుంది సరదాగా అనేవారు నాన్న కూడా.

వేసవి సెలవల్లో చిన్నక్కకు కూడా పెళ్లి అయిపోయింది. మేము వెళ్లి సైట్‌లో ఉంటాము అని నేను ఎంత గొడవ చేసినా వినకుండా నన్ను ఇంటర్మీడియట్‌లో విజయవాడ హాస్టల్‌లో చేర్పించారు. మళ్ళీ బాధలు. నేనంటే ఇష్టం లేకే కదా నన్ను అందరికంటే దూరంగా వదిలేశారు అని. ముఖ్యంగా లూసీని బాగా మిస్ అయ్యాను.

అప్పటికే పెద్దక్కకు పాప పుట్టడంతో అమ్మ దగ్గరే ఉండేది. కొడుకులు లేకపోవడంతో నాన్న అడగగా పెద్ద బావ, చిన్న బావ కూడా నాన్న బిజినెస్ చూసుకోవడం మొదలెట్టారు. అమ్మ పంపగా weekends వచ్చేది పెద్దక్క తన కూతురు హోరికను తీసుకొని నేను ఉంటున్న hostel కు. ఎంత ముద్దుగా ఉండేదో పెద్దక్క పాప హోరిక. నాతోపాటు హాస్టల్‌లో అందరూ ఆడుకొనేవాళ్ళు హోరికతో. నేను సన్నబడిపోతున్నాను అని అమ్మ వార్డెన్‌తో మాట్లాడి స్పెషల్‌గా, నాకు రోజుకో ఆమ్లెట్ పెట్టాలి లంచ్‌కి అని ఏర్పాట్లు చేయించింది. నాకు pocket money ఇచ్చేవారు కాంటీన్ నుండి కావలసినవి కొనుక్కొని తినమని.

ఇంటర్మీడియట్ రెండవ సంవత్సరం వచ్చింది. ఇప్పుడు సెలవలకు ఇంటికి వెళ్లాలంటే బెంగ. Hostel roommates బాగా నచ్చారు. నా పుట్టినరోజుకు అమ్మ ఒక పెద్ద కేక్‌తోపాటు కెమెరా కూడా పంపింది గిఫ్ట్‌గా. Friends అందరం ఎంత ఎంజాయ్ చేసామో. ఎన్ని photos దిగామో. అప్పటిదాకా నా లైఫ్‌లో ఆనందంగా గడిపింది నా ఇంటర్ సెకండ్ ఇయర్‌లోనే. అక్కలతో ఏ బాధలూ లేవు, ఏడిపించే వారు లేరు, గొడవలు పెట్టుకొనే వారు లేరు.

కొంతమంది close friends మాత్రం చెప్పారు, నేను క్లోజ్ అనుకున్న మరొక ఫ్రెండ్ గురించి. తను నీ గురించి ఇప్పటిదాకా నీకు డబ్బు ఉందని గర్వము అని చెబుతూ ఉంది, నువ్వు రాగానే పరిగెత్తుకుంటూ నీ దగ్గరకు వస్తుంది అని. కాకపోతే ఎవరు నిజం చెబుతున్నారో తెలియక friendship లో ఏ తేడా చూపించేదాన్ని కాదు. 2 సంవత్సరాలు ఎంతో ఆనందంగా గడిచిపోయాయి. ఒక్క విషయంలో స్పష్టత వచ్చింది. తల్లిదండ్రులు, అక్కలు దగ్గరలో లేకపోతే ఇంకా ఆనందంగా ఉండగలుగుతున్నాను అని.

కౌమార్యం:

ముగ్గురక్కలకూ పెళ్లిళ్లు అయిపోయి పెద్దక్కలిద్దరికీ చెరొక అమ్మాయి, మూడో అక్కకి ఒక అబ్బాయి పుట్టారు. డిగ్రీకి నన్ను గుంటూరులోనే జాయిన్ చేశారు. నాన్న బిజినెస్ పెద్ద బావ మరియూ చిన్న బావ చూసుకోవడంతో నాన్న రిటైర్ అయ్యి గుంటూరులోనే ఉన్నారు. అమ్మ, నాన్న, లూసీ & నేను. Hostel friends లోని ముగ్గురు గుంటూరే కావడంతో వీకెండ్స్ సరదాగానే గడిచేవి. నాన్న నేను కాలేజ్ కు వెళ్ళడానికి తన Car or Jeep ఏది available ఉంటే అది తీసుకెళ్ళు అన్నారు. నేనే drive చేసురుని వెళ్ళేదానిని. Driver weekends రానప్పుడు అమ్మను shopping కు కూడా నేనే తీసుకువెళ్ళేదానిని.

పెద్దక్క, చిన్నక్క site నుండి వచ్చేవారు తరచుగా పిల్లలను తీసుకుని. చాలా సందడిగా ఉండేది పిల్లలతో. లూసీకికూడా పిల్లలు పుట్టాయి. ఎంత ముద్దుగా ఉన్నాయో. లూసీకి పిల్లలు పుట్టిన దగ్గరినుండీ నా దగ్గర పడుకోవడం

మానేసింది. అయినా నేను పై గదిలోనే పడుకునేదాన్ని. అర్ధరాత్రి ఎవరో గజ్జలతో నడుచుకొంటూ నా గది దాకా రావడం కాసేపు తచ్చట్లాడటం మాత్రం మానలేదు. మేఘాలు కూడా పెరుగుతూ పెరుగుతూ వచ్చి ఉక్కిరి బిక్కిరి చేసేవి. ఊపిరాడక లేచేదానిని. ఇది కూడా జీవితంలో ఒక భాగం అయిపోయింది. క్రమక్రమంగా నా ఫ్రెండ్స్‌తో నేను, లూసీ తన పిల్లలతో అది బిజీ అయిపోయాము.

లూసీని చిన్నక్క తన పిల్లాడి దగ్గరకు రానిచ్చేది కాదు. తనకు బిడ్డ పుట్టగానే లూసీని తోసిపారేయడం నాకు నచ్చేది కాదు. ఈ విషయంలో నాకూ అక్కకూ తరచూ గొడవ జరుగుతూ ఉండేది. పెద్దక్కలిద్దరూ లూసీ విషయంలో పిల్లలను ఆడుకోనిచ్చేవారు. లూసీకి 6 పిల్లలు పుట్టడంతో తెలిసినవాళ్ళు మాకంటే మాకు అని పెంచుకోవడానికి పట్టుకుపోయారు.

డిగ్రీ రెండవ సంవత్సరంలోకి వచ్చాం. ఫ్రెండ్స్‌కు కూడా పెళ్ళిళ్ళు అయిపోతున్నాయి. నాకు కూడా సంబంధాలు చూద్దాం అనుకుంటున్నారు ఇంట్లో. ఇండియాలో ఉండను విదేశాలు వెళతాను అని చెప్పా. అమ్మ నాన్నకు కూడా ఇష్టం ఉండడంతో సరే అని, విదేశీ సంబంధాలే చూస్తున్నారు. అమ్మకు డాక్టరు అల్లుడిని తేవాలని ఉండేది. చిన్నక్కకి డాక్టరుని తేవడానికి చూస్తుంటే తను ప్రేమ పెళ్ళి చేసుకొన్నది. అందుకని నాకయినా డాక్టరుకి ఇచ్చి చేయాలన్నది అమ్మ కోరిక. ఎవరైనా పర్లేదు ఇండియా వదిలి వెళితే చాలు అన్నది నా కోరిక.

పెద్దక్కకి రెండవ బిడ్డ ఒక బాబు పుట్టడంతో గుంటూరులోనే ఉండేది. కాలేజీ నుండి ఇంటికి రాగానే అక్క పిల్లలతో ఆడుకునేదాన్ని.

డిగ్రీ ఫైనల్ ఇయర్‌కు వచ్చాను. డాక్టర్ సంబంధాలు వచ్చినా, వయసులో 10 సంవత్సరాలు తేడా or ఎక్కువ ఉండడంతో అమ్మ పట్టువదలక చూస్తూనే ఉంది. నాన్న ఆరోగ్యం కూడా దెబ్బతిన్నది. అల్లుళ్ళు చూసుకుంటున్న నాన్న బిజినెస్‌లో ఏ మాత్రం improvement లేకపోవడంతో wind up చేద్దాం అనుకున్నారు. లెక్కలు చూసుకుంటున్నప్పుడు అర్థం అయింది రెండవ

పెద్దనాన్న, మా నాన్నను ఎంతలా మోసం చేసాడో. వాళ్ళు ఇవ్వడానికి ఏమీ లేదు, తిన్నాం అరిగిపోయింది అని చేతులెత్తేశారు. కన్నీరు పెట్టడం తప్ప అమ్మ ఏమీ చేయలేకపోయింది.

రెండవ అక్క రెండవసారి కడుపుతో ఉండి కనడానికి ఇంటికి వచ్చింది. ప్రశాంతంగా జరుగుతున్న నా జీవితంలో మళ్ళీ గందరగోళాలు స్టార్ట్ అయ్యాయి. నా మీద లేనిపోని అనకూడని పుకారు లేపింది రెండవ అక్క ఇద్దరం తిట్టుకున్నాము. ఛీ ఛీ తనతో మాట్లాడటం నాదే తప్పు అనుకుని వీక్లీ magazine ఒకటి పట్టుకుని bedroom లోకి వెళ్ళి మంచం మీద కూర్చున్నా.

నా వెనకే room లోపలకు వచ్చి ఆ పుస్తకం నేను చదువుతున్నాను, నా బుక్ నాకిచ్చెయ్ అని లాక్కోబోయింది. ఇది అమ్మ కొన్నది, నీదెలాఅవుతుంది? అని నేను పుస్తకాన్ని లాక్కోనీయకుండా గట్టిగా పట్టుకున్నా. నా చేతిలోని పుస్తకం లాక్కుంటూ మంచం పక్కనే నిల్చోవడంతో నాకు తను అంత దగ్గరగా రావడంతో అసహ్యం వేసి పుస్తకం వదిలేశా. తను నా చేతి నుండి గట్టిగా లాగుతూ ఉండడంతో వెనక్కి తట్టుకొని పడిపోయింది. ఊహించనిది జరగడంతో ఏమి చేయాలో తెలియక మంచం దిగి తనను లేపడానికి ప్రయత్నిస్తున్నా.

కానీ అక్క, అమ్మా … బాబూ…. ఇది నన్ను చంపేస్తుంది అని కేకలు వేయడం మొదలెట్టింది. నేను వంగి తన చేతిని పట్టుకుని లేవనెత్తడానికి ప్రయత్నిస్తున్న నన్ను బాబు వచ్చి నా వీపుమీద గట్టిగా రెండు గుద్దులు గుద్ది అక్కను లేపారు. ఒక్కసారిగా ఏమి జరిగిందో అర్థం కాలేదు, ఎపుడూ ఒక్క మాట కూడా అనని నాన్న అక్క మూలాన నన్ను కొట్టారు.

తల్లిదండ్రులు నిజం తెలుసుకొని కదా న్యాయం చేయాలి? మరి ఇదేంటీ ఇలా జరిగింది? రెండవ అక్కకు చిన్నప్పటినుండీ అబద్దాలు ఆడడం అలవాటు. ఇంత వయసు వచ్చినా బుద్ధి మారలేదు. అక్కడ ఒక్క క్షణం కూడా ఉండాలనిపించలేదు. ఎంత ఏడ్చానో … గుండె పిండేస్తుంది. ఈ క్షణం నా

ప్రాణం పోతే బాగుండు అనిపించింది. అంత మాట పడ్డ నా ప్రాణం ఎందుకు పోవడంలేదో అర్థం కావడం లేదు. ఏడ్చి ఏడ్చి ఒక నిర్ణయానికి వచ్చాను. ఏ తప్పు చేయని నేను ఎందుకు చావాలి? దేవుడిని, పూజలను నమ్మని మనిషిని నేను. కానీ ఆ రోజు దేవుడికి దణ్ణం పెట్టుకొని మొట్టమొదటిసారిగా ఒక కోరిక కోరా... దేవుడు నిజంగా ఉంటే నా రెండవ అక్క తన 100 అబద్ధాల తరువాత ఒక్క క్షణం కూడా ఎక్కువ బ్రతకకూడదు అని. తన నోటి దురుసు, తన అబద్ధాలు తన జీవిత కాలాన్ని శాసించాలి అని.

బాగా ఆలోచించా. అందరినీ వదిలి దూరంగా పారిపోవాలి అనిపించింది. అమ్మతో చెప్పా, అమెరికా సంబంధమే కాదు, ఏ దేశం అయినా పర్లేదు, ఇంజనీర్ అయినా పర్లేదు త్వరగా పెళ్లి చేసి పంపించేయండి, నాకు ఇక్కడ ఉండడం ఇష్టం లేదు అని.

అబ్బాయి పేరు & ఫొటో నాకు బాగానే నచ్చడంతో పెళ్లిచూపులు ఏర్పాటు చేశారు. అతనిని చూస్తే ఎందుకో నాకు comfort గా అనిపించలేదు. కానీ అందరికి అందరూ నచ్చారు. వాళ్ళు ఇల్లు వదిలి వెళ్ళిన వెంటనే call చేసి మాకు ఈ సంబంధం ok అని చెప్పారు. నేను, నాకు ఆ అబ్బాయిని చూస్తే ఎందుకో comfortable గా అనిపించడంలేదు. కారణం ఇది అని clear గా చెప్పలేను అన్నా. కానీ ఏ కారణం లేకుండా ఎలా వద్దంటావు అని పెద్దన్నయ్య నన్ను convince చేసి ఒప్పించాడు. 10 రోజుల్లో నిశ్చితార్థం, ఒక నెలలో పెళ్లి & 2 నెలల్లో ఇండియా వదిలేయడం కూడా జరిగిపోయింది.

నేను వెళ్ళేముందు అక్కడ ఊరికినే ఉండకుండా నువ్వు కూడా ఏదన్నా job చెయ్యి అని చెప్పింది అమ్మ.

జింబాబ్వే దేశం. అత్త, మామ, నా భర్త, నేను ఒక కుక్క. కొత్త జీవితం ప్రారంభమైంది. మాకోసం అప్పటికే కొత్త ఇల్లు కట్టించి మా చేతే గృహప్రవేశం చేయించారు. నువ్వు ఈ country కి కొత్త కదా! ఒక 6 months అలా

అలవాటు పడ్డాక కొత్త ఇంటికి మారుదురుగాని, అప్పటిదాకా మా దగ్గరే ఉండండి అని అత్తయ్య అడగడంతో, అదీ నిజమే అని వాళ్ళతో కలిసి ఉండడానికే నిర్ణయించుకున్నాము.

పెళ్ళయిన 4 నెలలకే అర్ధమైంది నేను గర్భవతిని అని. నా దగ్గర చైనీస్ కేలండర్ ఉంది. దాని ద్వారా పుట్టేది అమ్మాయో అబ్బాయో చెప్పొచ్చు అనమాట. నాకు చూడ్డం తెలియక అమ్మాయి అని చెప్పా. మామయ్యకు అమ్మాయిలు ఇష్టం లేదు, అది కాక నీకు 20 సంవత్సరాలు కూడా లేవు అప్పుడే పిల్లలు ఎందుకు, తీయించేసుకో అని చెప్పింది మా అత్త.

అమ్మను కూడా ఒక్క మాట అడుగుతాను అంటే, దూరంగా వున్నారు కద కంగారు పడతారు చెప్పొద్దు అని నన్ను call చెయ్యనివ్వలేదు అమ్మకు. నా భర్త, మామ మీ ఇష్టం అని వదిలేసారు. అత్త రోజూ చెప్పిందే చెప్పడంతో abortion చేయించుకున్నా. రోజులు గడుస్తున్నకొద్దీ నెమ్మది నెమ్మదిగా అత్త, మామల గురించి అర్థం అవ్వడం మొదలయింది.

అత్తయ్య చాలా మంచిది. నన్ను ఒక్క పనీ చేయనిచ్చేది కాదు. చాలా రుచిగా కూడా వండి పెట్టేది. కాకపోతే అత్తయ్యకు shoplifting చేయడం అనే bad habit ఉంది. అపుడపుడు జైలు కు కూడా వెళ్ళి వస్తుంది. ఆమె జైలుకు వెళ్ళి వచ్చినప్పుడల్లా నా మామ అత్తను చితకబాదేవారు. అత్త చేసే పని తప్పే అయినా, మామయ్య తనను కొట్టడం నచ్చేది కాదు నాకు. నా చీరలు కూడా నాకు తెలియకుండా తీసుకొని అమ్మేసేది మా అత్త.

నాకు job వచ్చింది. ఎలాగూ నేను వచ్చి 6 months అవుతుంది కదా! మరి వేరుగా ఉంటాము అని అడిగితే సరే అనడంతో, అప్పటిరే కొత్త ఇంటిని rent కు ఇవ్వడంతో వేరొక apartment rent కు తీసుకుని మారిపోయాము.

వేరుగా ఉన్నామనే కానీ అత్తయ్య మాకు వారానికి సరిపడా కూరలు చేసి పంపుతుంది. మా బట్టలు కూడా పనివాడిచేత ఉతికించి ఇస్త్రీ చేయించి మరీ పంపిస్తుంది వారం వారం. ప్రతీ వారం కలుస్తూనే ఉంటాము.

కొన్ని నెలలు చాలా ఆనందంగా గడిచిపోయింది. ఆస్ట్రేలియా వెళ్ళిపోదాం అని, apply చేశాము. ఈ లోపు మా దగ్గరిలో ఉన్న చూడదగ్గ ప్రదేశాలు చూద్దాం అని vacations అంటూ ఆ ఊరు, ఈ ఊరు, Zimbabwe చుట్టుపక్కల ఉన్న మరికొన్ని దేశాలు తిరిగి చూశాము.

అలా ఫ్రెండ్స్‌తో Bulawayo అనే ఊరు చూడటానికి బయలుదేరుతుండగా నల్లపిల్లి ఎదురుపడింది. పాపం ఆ పిల్లిని ఏమీ అనడం లేదు నేను. Just జరిగింది చెబుతున్నా. మాకు ఇలాంటి వాటిమీద నమ్మకం లేకపోవడంతో పట్టించుకోలేదు. ఆ ఊరు చూసి next day morning breakfast తిని Harare తిరిగి రావడానికి main road ఎక్కిన మాకు Harare కు right turn తీసుకోవాలి అయితే, left లో Safari signboard కనిపించడంతో అది మా plan లో లేకపోయినా సరే దీనిని కూడా చూసుకుని వెళదాం అని ఆ సఫారీ నేషనల్ పార్క్‌లోకి enter అయ్యాము.

అది morning అవ్వడంతో animals కూడా active గా తిరుగుతున్నాయి. వాటిని చూసుకుంటూ కొంత దూరం వెళ్ళాక రోడ్డు పక్కన నా వైపు పెద్ద పెద్ద చెట్లు చాలా వింతగా అనిపించాయి నాకు. అవి ఎలా ఉన్నాయి అంటే, చెట్టు తలక్రిందులుగా ఉన్నట్లు. పైపెచ్చు అవి నాతో మాట్లాడుతున్నట్లు అనిపించింది. ఆ చెట్లమీద కూడా ఎవరో ఉన్నట్లు అనిపించింది.

ఆ area లో car దిగకూడదు. కనీసం car window కూడా open చెయ్యకూడదు. ఎందుకంటే Yellow fever spread చేసే mosquitoes ఆ ఏరియాలోనే ఉంటాయి. ఆ పార్కులోకి ఎంటర్ అయ్యేప్పుడు కూడా అదే చెప్పారు. కానీ నాకు ఆ చెట్లమీద ఏవో ఆకారాలు కనిపిస్తున్నట్లు అనిపిస్తుంది కానీ స్పష్టత లేదు. Car కదులుతూ ఉండడంతో ఏమీ సరిగా కనిపించడం లేదు.

అవి Baobab చెట్లు. వాటిని క్లియర్‌గా చూడాలని నా window దించి తల బయటకు పెట్టి మరీ గమనిస్తున్నా. అవి ఏమిటో చెబుతున్నాయి. నాకు అవి ఏమి చెబుతున్నాయో వినిపిస్తోంది కానీ అర్థం కావడం లేదు. సరే విండో

తీసివుంచడం మంచిది కాదు అని అది close చేసి, Dashboard మీద చెయ్యి పెట్టి కొంచెం ముందుకు వంగి చూస్తున్నా ఏమైనా clear గా కనిపిస్తాయేమో అని.

నాకు గోళ్ళు కొరకడం అనే habit ఉంది. Couple of weeks నుండి కష్టపడి నా left hand చిటికెన వేలుకు & ఉంగరపు వేలుకు గోర్లు పెంచుతున్నా. ఎందుకో నా చేతిని, ఆ గోళ్ళు పెరిగి ఉన్న వేళ్ళను తృప్తిగా చూసుకున్నా. గుండె ఝల్లుమంది. ఏదో జరగబోతోంది అని గట్టిగా అనిపించింది.

5 minutes లో మా కారు గాలిలో లేచి పల్టీలు కొట్టి ముళ్ల పొదల్లో పడింది. ఒక్క క్షణం ఏమైందో అర్థం కాలేదు. అందరూ క్షేమం గానే వున్నారు కదా అని అందరినీ చూస్తే కారు అంతా రక్తం, దుమ్ము. కానీ అందరూ బాగానే ఉన్నారు. నా వైపు ముళ్లపొద ఉండడంతో సరే ముందు కారు దిగుదాం అని, డ్రైవర్ సీట్ వైపు దిగబోవడానికి ప్రయత్నిస్తుంటే నా ఎడమ చేతికి పట్టు కుదరడం లేదు. ఏమయ్యింది అని చేతిని చూసుకున్న నాకు అప్పటికి అర్థం అయ్యింది ఆ కారులోని రక్తం నా చేతిదే అని.

నావైపు window glass పగిలిపోయివుంది. నా ఎడమ చేతి చిటికెనవేలు పూర్తిగా తెగిపోయి కొంత స్కిన్‌తో వేలాడుతోంది. చేతికి ఉన్న watch ని కూడా ముళ్ళు లాగేసుకున్నట్లున్నాయి. నా చేయంతా గీరుకుపోయివుంది. మా వెనకే కొంత దూరంలో వస్తున్న సఫారీ గార్డ్ ఒకతను మా కారు గాలిలో పల్టీలు కొట్టడం చూసి కారాపి, తన దగ్గర వున్న first-aid kit లో ఉన్న cotton తో నా చేతిని గట్టిగా చుట్టి, chest కి ఆనించి కట్టేశాడు.

అప్పటికే సఫారీ లోపలికి చాలా దూరం వచ్చేశాము జంతువులను చూసుకుంటూ. కారు ముళ్ళ పొదల్లో ఇరుక్కుని పోవడంతో మమ్మల్ని తన కారులోనే ఎక్కించుకుని దగ్గరలో ఉన్న హాస్పిటల్‌కి తిరుగు ప్రయాణం మొదలెట్టాం. ఫ్రెండ్స్‌ని సామానులు తీసుకొని హాస్పిటల్‌కు వచ్చేయమని మేము బయలుదేరాము. X-ray తీసి wrist అంతా బాగా fractures

సప్తపర్ణి

అయ్యాయని ఆ చిన్న హాస్పిటల్ లో ఏమి చేయలేమని చెప్పి మమ్మల్ని పంపించేశారు.

ఈ లోపు (ఫ్రెండ్స్ వచ్చి మా సామానులు మాకు ఇచ్చారు. వాళ్లకు Harare వెళ్లేందుకు కారులో లిఫ్ట్ దొరికిందని చెప్పి వెళ్లిపోయారు. అక్కడ నుండి airport ఇంకో గంట ప్రయాణం. దారిలో safari guard Jeep tire కు రెండు సార్లు punctures అయ్యాయి. మొదటిసారి టైర్ మార్చినా రెండవసారి ఇంకొక spare లేకపోవడంతో, ఇది 4 WD ఏమీ పర్లేదు మిమ్మల్ని ఇలాగే airport కు తీసుకువెళతాను అని కొంచెం slow గా drive చేస్తూ చీకటి పడుతుండగా airport చేరుకున్నాం. Flight tickets కొందామని purse చూడగా డబ్బు లేదు. నా భర్త దగ్గర ఉన్న డబ్బుతో ఇద్దరికీ టికెట్స్ రావు. ఏమీ చేయలేని పరిస్థితిలో నిస్సహాయంగా కళ్ళల్లో నీళ్ళు కారుతుండగా కూర్చుండిపోయాను. మాతో టూర్‌కి వచ్చిన (ఫ్రెండ్స్, తమ దారి ఖర్చుల కోసం మాటవరసకయినా చెప్పుకుండా నా purse లోని డబ్బంతా తీసుకొని కాళీ purse నా చేతికిచ్చారు.

రక్తంతో తడిసిన నా బట్టలూ, నా భర్త టికెటింగ్ స్టాఫ్ ని (బతిమలాడటం చూస్తున్న ఒక ఆఫ్రికన్ వ్యక్తి నా దగ్గరకు వచ్చి విషయం అడిగాడు. జరిగింది చెప్పా. మా దగ్గర తిరిగి Harare వెళ్లడానికి $120 తక్కువ ఉన్నట్లు. తను ఇస్తా అన్నాడు. వద్దు అన్నా. అతను ఇండియాలో ఎంబసీ లో వర్క్ చేస్తున్నట్లు, తనకు ఇండియన్స్ అంటే ఇష్టమని చెప్పి డబ్బు ఇచ్చారు. అప్పటికే flight కదలడానికి time అవ్వడంతో, తను ఇచ్చిన డబ్బుతో టికెట్స్ కొనుక్కొని, థాంక్స్ చెప్పి flight ఎక్కాము. తిరిగి డబ్బులు పంపడానికి తన అడ్రస్ అడిగినా ఇవ్వలేదు అతను.

Harare చేరుకున్నాము. ఫ్లైట్‌లో నేను coke తాగానని 4 గంటల దాకా ఆపరేషన్ కుదరదని ఆగవలసి వచ్చింది. To cut the story short, few surgeries తర్వాత నా ఎడమ చేతి చిటికెన వేలు మరియు ఉంగరం వేలిని కోల్పోయాను. పూర్తిగా కోలుకోవడానికి 8 నెలల పైనే పట్టింది.

నాకు సహాయం చేయడానికి అమ్మ వచ్చింది. వచ్చిన రెండు నెలలకే పెద్దక్క call చేసి బాబుకు health బాగోలేదని త్వరగా తిరిగి రమ్మని చెప్పడంతో, flight ticket prepone చేసుకుని అమ్మ ఇండియా వెళ్ళిపోయింది.

Few months తరువాత రెండవ అన్నయ్య పెళ్లి కుదిరిందని ఇండియా వెళ్ళడానికి flight ticket కొనుకున్నా. నాకు ఆపరేషన్స్ అవుతున్న సమయంలో డాక్టర్ చెప్పారు, నాకు చాలా రక్తం పోయిందనీ, చాలా లక్కీగా నాకు రక్తం ఎక్కించే అవసరం రాలేదనీ. అప్పుడు అనుకున్నాను నేను పూర్తిగా కోలుకున్నక రక్తదానం చేయాలి అని. అదేదో ఇండియా వెళ్ళే ముందే చేయాలి అనిపించింది. బ్లడ్ బ్యాంకు కు వెళ్లి డొనేట్ చేస్తుండగా అక్కడి సిస్టర్ మరియూ నేను కోరడంతో బలవంతంగా ఇష్టం లేకపోయినా భయం భయంగా నా భర్త కూడా రక్త దానం చేశాడు. ఒక వారం తరువాత మా ఫ్యామిలీ డాక్టర్ దగ్గర నుండి కబురు వచ్చింది. మేము ఇద్దరమూ వచ్చి తనను కలవాలని. నా భర్త ఎందుకు అంత భయపడుతున్నాడో అర్థం కాలేదు నాకు.

మరుసటి రోజు డాక్టర్ దగ్గరకు వెళ్ళాం. డాక్టర్ చెప్పింది అర్థం చేసుకోవడానికి నా తెలివి సరిపోలేదు. నా భర్త మాత్రం వణికి పోతున్నాడు, ఏడుస్తున్నాడు. తనను ఓదార్చడం నా వల్ల కావడం లేదు. డాక్టర్ నన్ను ఒంటరిగా వచ్చి కలవమని చెప్పారు, నాకేమన్నా doubts ఉంటే. అసలు విషయమే అర్థం కాని నాకు డౌట్స్ ఎందుకు ఉంటాయి? నా భర్త మాత్రం ఇండియా వెళ్ళిపోతున్నావు మళ్ళీ వస్తావా? నా కోసం తప్పకుండా రా, నన్ను వదలమాకు అని రోజూ ఏడుపులు. మేము క్లోజ్ గా ఉన్న ఆంటీ, అంకుల్ వాళ్ళకు విషయం చెప్పాను. వాళ్ళు షాక్ అయ్యారు. నేను డాక్టర్ దగ్గరికి వెళ్ళాలి, డాక్టర్ చెప్పింది నాకు క్లియర్ గా అర్థం కాలేదు, మీరు నాకు తెలుగులో అర్థం అయ్యేలా చెప్పాలి, నన్ను తీసుకువెళతారా అని అడిగాను.

నా భర్తకు HIV positive అనీ, మేము మామూలుగా అందరిలా సంసారం చేయలేమని, పిల్లలను కూడా కనలేమనీ, ఒకవేళ నేను సంసారం చేస్తే ఆ

జబ్బు నాకు మరియు నా పిల్లలకు కూడా వచ్చే అవకాశం ఉందని అర్థమైంది. అది ఒక్క సంసారం చేయడం వలన మాత్రమే వస్తుందనీ, కలిసి నివసించడం మూలాన రాదనీ, తన రక్తం నా రక్తంతో కలువకుండా చూసుకోవాలని అర్థమయింది.

అయితే ఆంటీ & అంకుల్ నా దగ్గర మాట తీసుకొన్నారు వాళ్లకు ఈ విషయం తెలిసినట్లు నా భర్తకు చెప్పవద్దని. ఇప్పుడు నేను రాసింది చదివితే తప్పించి, నా భర్తకు గానీ, నా అత్తామామలకు గానీ ఆంటీ & అంకుల్ కు కూడా ఈ విషయం తెలుసు అన్న విషయం తెలియదు. నేను జింబాబ్వేలో మనసు విప్పి మాట్లాడగలిగేది ఈ ఆంటీ & అంకుల్ తోటే. వాళ్లంటే నాకు చాలా గౌరవభావం.

ఇంక 3 రోజుల్లో నా ఇండియా ప్రయాణం. ఈ విషయం ఎవరికైనా చెబితే మనలను వెలివేస్తారనీ, మనతో మాట్లాడరనీ, అందుకని ఎవ్వరికీ చెప్పకూడదనీ నా brain వాష్ చేస్తూ ఉన్నాడు నా భర్త. ఇంటిలో రోజూ ఇవే మాటలు, తన ఏడుపులు. నా అత్తామామలను కలిసి విషయం చెబుదాం అన్నా ఇష్టపడలేదు తను. మనిద్దరికీ తప్పించి మూడో వ్యక్తికి తెలియకూడదు అన్నాడు.

ఇండియా వెళ్ళాను. అన్నయ్య పెండ్లి వైభవంగా జరిగిపోయింది. ఇంకో వారంలో నేను తిరిగి వెళ్ళాలీ అనగా టైం దొరికింది అమ్మతో ఒంటరిగా మాట్లాడటానికి. కానీ అమ్మకు ఈ విషయం చెప్పాలా వద్దా అని బాగా మదన పడ్డాను. వివాహబంధం నుండి బయటపడాలీ అంటే అమ్మకు చెప్పడం తప్పదు అని చెప్పడానికే నిర్ణయించుకున్నాను. విషయం చెప్పాను. నాకే ఆ జబ్బు తీక్రత సరిగా తెలియదు, ఇంక అమ్మకు ఏమి అర్థం అవుతుంది. ఒక్క ముక్కలో చెప్పాలంటే, ఒకే గూటి కింద మేము అన్నా చెల్లెలి లా ఉండాలని, అందరిలా కాపురం చేయడం, పిల్లలను కనడం కుదరదని చెప్పాను.

తను నా పెళ్లి చాలా కష్టంతో చేశానీ, ఇప్పుడు నాన్నకు కూడా ఆరోగ్యం

బాగోలేదని తను నా బరువుని కూడా మోయలేననీ నేను తిరిగి వెళ్ళడమే దీనికి పరిష్కారం అని చెప్పేసింది. మొగుడిని వదిలేసిన ఆడదాన్ని ఎవ్వరూ గౌరవంగా చూడరని, చావో బ్రతుకో అన్నీ భర్తతోనే అని చెప్పింది. నాకు ఎవ్వరూ తోడు లేరని తెలిసి కూడా ఎందుకు ఆశ పెట్టుకొన్నానో అర్థం కాలేదు. మరొక్క సారి రుజువయింది నేను ఒంటరినని. ఈ విషయం ఎవరితో చెప్పొద్దని చెప్పి వచ్చేశాను .

తిరిగి Harare, Zimbabwe వచ్చేశాను. నేను తిరిగి వచ్చేసరికి తనకు ఆనందమేసిందో లేదో తెలియదు కానీ నేను తనను వదిలి ఎక్కడికి వెళ్ళను అన్న నమ్మకంతో పాటు, తనలో ధైర్యం, నాలో భయం మరియూ కొత్త కష్టాలు మొదలయ్యాయి. రోజులు గడుస్తున్న కొద్దీ నాకు ఒక్క విషయం స్పష్టంగా అర్థమైంది. నా కాళ్ళ మీద నేను నిలబడాలి, అందాక ఏమీ చేయలేను అని తెలుసుకున్నాను. ఇంకొక మంచి ఉద్యోగం దొరికింది. ఇంగ్లీష్ skills స్లోగా మెగురుపడుతున్నాయి నాకు.

నెమ్మది నెమ్మదిగా తను మారిపోతున్నాడు. తనలోని రాక్షసుడు వారానికి ఒక్కసారైనా బయటకు వస్తూ ఉన్నాడు. నా వల్లనే తనకు ఆ జబ్బు వచ్చిందని ప్రతీ చిన్నదాని కోసం నాతో గొడవ పెట్టుకోవడం, నన్ను కొట్టడం, తన్నడం.... ఏ కారణం లేకుండా అంత క్రూరంగా ఇంకో వ్యక్తిని ఎలా హింసించగలరో ఏ మాత్రం అర్థమయ్యేది కాదు. అలా అని తనను వదిలేసి వెళ్ళడానికి వేరే ఆధారం లేదు నాకు. తను కొడుతూ, తిడుతున్నాడు అని అత్తయ్యకు చెప్పాను. మామయ్య కూడా తనను అలానే చేస్తాడని దీనికి ఏమి చేయలేమని చెప్పింది. నా అత్తమామలు, భర్త ప్రవర్తన చాలా వింతగా చాలా తేడాగా అనిపించేది. ఆస్ట్రేలియాకు వెళ్ళడానికి ఎప్పుడు approval వస్తుందగా, ఎప్పుడు వెళతామా.... అని ఎదురు చూస్తూ ఉన్నాను.

ఆ టైం రానే వచ్చింది. మా అప్లికేషన్ approve అయ్యి ఫైనల్‌గా మెడికల్ టెస్ట్ చేయించుకునే సమయం వచ్చింది. తనకు HIV ఉన్నదని తెలిస్తే తప్పకుండా reject అవుతుంద. ఏమి చేయాలో పాలుపోలేదు. వాళ్ళు ఎక్కడ టెస్టులు

చేస్తారో ఏంటో విషయం తెలుసుకుందాం అనుకున్నము. ఎందుకంటే మేము checkup లు చేయించుకోవలసినది ఆస్ట్రేలియన్ డాక్టర్ దగ్గరే. వాళ్ళు చాలా స్ట్రిక్ట్ అని తెలిసింది. నిజం చెప్పాలంటే తనకంటే నాకే ఎక్కువ వెళ్లాలని వుంది, ఆస్ట్రేలియా కు. ఇది తన ప్రపంచం, కొత్త దేశానికి వెళితే అది ఇద్దరి ప్రపంచం అవుతుంది అన్నది నా కోరిక. కొత్త దేశంలో కొంచెం అయినా తనలో మార్పు వస్తుందేమో అని ఎక్కడో ఆశ.

మాకు టెస్టులు చేసే వాళ్యను ప్రశ్నలు వేసి సాధ్యమైనంత వరకు వివరాలు తెలుసుకోవాలి అనుకొన్నాము. అన్ని టెస్టులు అయ్యాయి, బ్లడ్ శాంపిల్స్ కూడా తీసుకున్నారు . ఎప్పుడు వస్తాయి రిజల్ట్స్ అని అడిగాను. ఈ శాంపిల్స్ మేము so and so హాస్పిటల్ కు పంపుతాము, వాళ్ళు చేస్తారు టెస్టులు. మళ్ళీ మిమ్మల్ని 2 వారాల్లో కాంటాక్ట్ చేస్తారు అని బ్లడ్ తీసుకునే నర్స్ చెప్పింది.

అక్కడ నుండి తిన్నగా ఆ హాస్పిటల్కు వెళ్యాము. ఆ hospital లో ఉన్న ల్యాబ్ వార్డు కు వెళ్యాము. ఒక వ్యక్తి ఆ ల్యాబ్ లోకి ఎంటర్ అవడం చూసి అతని దగ్గరకు వెళ్యాము. ఆస్ట్రేలియా వెళ్లే applicants టెస్టులు ఇక్కడే చేస్తారా అని అడిగాము. అవును అన్నాడు. ఆ టెస్ట్ చేసే డాక్టర్ ఎవరో చెప్పగలవా అని అడిగాము, నేనే అన్నాడు. విషయం చెప్పాము. ఇది మాకు మామూలే నేను హెల్ప్ చేస్తాను అన్నాడు. తన ఫోన్ నెంబర్ తీసుకాని వెళ్లిపోయాం.

Next day ఫోన్ చేసాము. ఓకే పని అయిపోయింది అన్నాడు. అదేంటి అంటే, నిన్న రాత్రి వచ్చిన టెస్ట్ శాంపిల్స్ అన్ని టెస్ట్ చేయకుండా పారేశానని, రిజల్ట్స్ favorable గా రాశానని చెప్పాడు. తనకు మనీ ఆఫర్ చేసినా తీసుకోలేదు. ఇంటికి డిన్నర్ కు ఆఫర్ చేసినా వద్దు అన్నాడు.

ఓ 10 రోజులకు లెటర్ వచ్చింది అన్ని మెడికల్ రిపోర్ట్స్ ఓకే అని, ఫైనల్ paperwork పూర్తి చేయాలని. అంత సులువుగా మా ప్రాబ్లం సాల్వ్ అవుతుందని అస్సలు ఊహించలేదు. హెల్ప్ చేసిన డాక్టర్కి ఫోన్ చేసి విషయం చెప్పాము.

తను పక్క దేశం నుండి జాబ్ చేయడం కోసం ఈ మద్యే జింబాబ్వే వచ్చినట్లు చెప్పాడు. హాస్పిటల్ దగ్గర కలిసి డబ్బు ఇచ్చినా తిరిగి ఇచ్చేశాడు. సరే మేము ఎలాగూ వెళ్ళిపోతాం ఇంటిలో సామానులు ఎమన్నా కావాలా అంటే, తనకు ఫ్యాన్ అవసరం అన్నాడు. మరుసటి రోజు కలిసి టేబుల్ ఫ్యాన్, స్టాండ్ ఫ్యాన్ రెండూ ఇచ్చి వచ్చాము. ఆ డాక్టర్ దృష్టికి అది పెద్ద హెల్ప్ కాకపోవచ్చు కానీ అది మాకు చాలా పెద్ద హెల్ప్.

యవ్వనం:

April 1994 Sydney, Australia చేరుకున్నాం.

ఒక వారం రోజులు motel లో వున్నాము. టైం ఏ మాత్రం వృధా చేయకుండా ఒక పక్క ఇళ్ళ వేట, ఇంకో పక్క జాబ్ వేట. మేము మోటెల్‌లో ఉన్నపుడే నాకు ఇంటర్వ్యూ వచ్చింది. మొత్తానికి మంచి ఇల్లు దొరకడం, మాకు మంచి జాబ్స్ దొరకడం చకచకా జరిగిపోయాయి. 6 నెలలకు గాని సెటిల్ అవ్వలేము అనుకున్నది ఒక్క నెలలోనే సెటిల్ అయ్యాము. ఒక్కొక్కరిగా తెలుగు ఫ్రెండ్స్ కూడా పరిచయం అవుతున్నారు. ఏ సమస్యా లేకుండా జరిగిపోతుంది.

HIV కి ఆస్ట్రేలియా లో మంచి ట్రీట్మెంట్ ఉచితంగా ఇస్తున్నారు అని తెలిసింది. ఆ హాస్పిటల్‌కు వెళ్ళాము. మళ్ళీ బ్లడ్ టెస్టులు అన్నీ చేశారు. Same రిజల్ట్స్. ఒక్క సంవత్సరం కలిసి కాపురం చేసినా నాకు ఆ వైరస్ ఎందుకు ఎక్కలోదో వాళ్ళకు అర్థం కాలేదు. నా భర్త కంటే నాకే ఎక్కువ టెస్టులు చేశారు. 3 నెలల తరువాత మళ్ళీ నాకు టెస్టులు చేయాలన్నారు. నా భర్తకు మెడికేషన్ ఇస్తామని, కాకపోతే రోగాన్ని తగ్గించలేమని, కేవలం ఎక్కువ కాకుండా చేయగలదనీ... అదీ experimental గానే చేస్తున్నామని చెప్పారు. కాకపోతే ఆ మెడికేషన్స్ కు సైడ్ ఎఫెక్ట్స్ ఉండవచ్చని చెప్పారు. నా భర్త మెడికేషన్ తీసుకోవడానికి అంగీకరించలేదు. ఏదైనా హెల్త్ ఇష్యూ వస్తే మాత్రం తప్పక వాడాలి అని చెప్పి, మళ్ళీ మమ్మల్ని 3 నెలల తరువాత రమ్మని చెప్పి పంపేశారు.

 సద్రృశ్య

August 1994 ఇండియా నుండి call వచ్చింది, నాన్నకు హెల్త్ బాగోలేదని. నేను ఇండియా వెళ్లిన 10 రోజులకు నాన్న శరీరం వదిలారు. తన ప్రాణం పోతుండగా తన ఎదురుగా నిల్చోని చూస్తూ ఉన్నాను. అదే మొదటిసారి కళ్లెదుటే ప్రాణం పోతుండగా చూడటం. బాబంటే నాకు ఇష్టం. చాలా మంచి మనసున్న వ్యక్తి తను. తన అన్నలు బిజినెస్‌లో మోసం చేస్తున్నారని తెలిసినా ఏనాడూ వాళ్ళను దూషించలేదు. ఉన్నదానిలో న్యాయంగా, ధర్మంగా బ్రతకాలి అన్నది బాబు గుణం. బాబును మించిన మంచి గుణం అమ్మది. మన నోటి దగ్గర ముద్ద తగ్గించుకొని అయినా ఎదుటివాడికి పెట్టాలి అనేది అమ్మ గుణం. అమ్మంటే అందరికీ చాలా ఇష్టం. నాన్నకు కోపం ఎక్కువ, అమ్మకు శాంతం ఎక్కువ.

ఇంకో 15 రోజులు ఉండి ఆస్ట్రేలియా వెళ్ళిపోయాను. ఆస్ట్రేలియా వెళ్ళాక ఏదో కొత్త అనుభవాలు. బాబు నా దగ్గరే ఉన్నట్టు, ఫ్యామిలీ రూం లోని సోఫాలో కూర్చుని నన్నే చూస్తున్నట్లు అనిపించేది. ఇండియా వెళ్ళినపుడు ICU లో ఉన్న బాబుని చూడటానికి వెళ్ళా. రెండు వారాల నుండి మాట్లాడలేని బాబు నా భర్త ఎలా ఉన్నాడు అనీ, ఆస్ట్రేలియా రాలేకపోతున్నానని అన్నాడు. త్వరగా తగ్గిపోతుంది, తప్పకుండా వస్తావు ఆస్ట్రేలియా అన్నా. అవే బాబు మాట్లాడిన ఆఖరి మాటలు.

3 నెలల తరువాత చేసిన టెస్టులు కూడా సేమ్ రిజల్ట్స్, ఏ మార్పు లేదు. కోటిలో ఒక్కరికి అలా ఈ వైరస్ అంటుకోవడం లేదనీ, ఎందుకు అలా జరుగుతుందో ఎక్స్‌పెరిమెంట్స్ చేస్తున్నామనీ నా బ్లడ్ శాంపిల్స్ ఇంకా కావాలని తీసుకున్నారు. మాకు పిల్లలు కావాలి దీనికి ఏమన్నా సొల్యూషన్ ఉందా అంటే, ఇటలీలో ఉన్న ఒక హాస్పిటల్‌లో sperm wash చేసి ట్రీట్‌మెంట్ చేస్తారని చెప్పారు. అది ఖర్చు తో కూడినది కావడంతో అప్పటికి ఊరుకుండిపోయాము. కాకపోతే ఇంటిలో కొత్త గొడవ మొదలయ్యింది. నీకు ఎలాగూ వైరస్ అంటుకోవడం లేద కదా మనం మామూలుగా కాపురం చేసి పిల్లలను కందాం అంటూ. తన బలవంతంతో 2 సార్లు ట్రై చేయడం కూడా జరిగింది. నేను గర్భవతిని కాలేదు, మళ్ళీ బ్లడ్ టెస్ట్‌లు. ఆ వైరస్ బాడీలోకి వెళ్ళి

బ్లడ్‌లో కనిపించాలీ అంటే 6 నెలలు తీసుకుంటుందంట. 6 నెలల తరువాత మళ్ళీ టెస్టులు. చాలా టెన్షన్ గా ఉండేది నాకు.

నాకు నెమ్మది నెమ్మదిగా అర్థమయిన నిజం ఏమిటంటే నాకు పిల్లలను కనాలి అనే కోరిక, తనకు నాకు ఆ వైరస్ అంటించాలని కోరిక. పారిపోవాలని, చనిపోవాలని అనిపించేది ఇంట్లో టార్చర్ భరించలేక. నా భర్తలో రాను రాను రాక్షతత్వం పెరుగుతూ వస్తుంది. తను నన్ను తన్నే తన్నులకు నా ప్రాణాలు ఎందుకు పోవడంలేదో అర్థం అయ్యేది కాదు. చాలా పైశాచికంగా ఉండేది తన ప్రవర్తన. గొడవ పడినప్పుడు ఒకసారి ఇల్లు వదిలి బయటకు వెళ్ళడానికి కూడా ప్రయత్నించాను.

చిన్న suitcase లో కొన్ని బట్టలు పెట్టుకుని బయటకు వెళుతుండగా, suitcase లాక్కొని బలవంతంగా వెనక్కి లాక్కొచ్చి చితక బాదాడు. నా ముఖం సగభాగం అంతా numb / మొద్దుబారిపోయింది. కొన్ని నెలలు ముఖానికి కరెంటు treatments ఇస్తే తప్పించి మళ్ళీ మామూలు స్థితికి రాలేదు. రెండు సార్లు పోలీసులకు కూడా కాల్ చేశా. వాళ్ళు హలో అని నేను విషయం చెప్పేలోపు ఫోన్ లైన్ లాగేసేవాడు. కాళ్ళు పట్టుకుని ఏడ్చేవాడు వాళ్ళకు ఏమీ చెప్పవద్దని, అయినా cops వచ్చేవారు ఇంటికి, ఎందుకు కాల్ చేసావ్ అంటూ. గన్ షాట్స్ వినిపించాయనీ అందుకని కాల్ చేశా అని చెప్పి పంపా ఒకసారి. రెండోసారి by mistake call వెళ్ళిందని చెప్పా. నాకే అనిపించేది ఉన్న గొడవలకు తోడు పోలీస్ స్టేషన్స్ చుట్టూ కూడా తిరగవలసి వస్తుందేమో అని.

తన మీద అసహ్యం ఎంతో, జాలీ అంతే ఉండేది. నన్ను కొట్టి, నా కాళ్ళ మీద పడి సారీ చెబుతూ తను ఏడ్చేవాడు. అంత కొట్టినా నాకు ఒక్క చుక్క కన్నీరు కూడా వచ్చేది కాదు. ఒక బండరాయిలా తయారయ్యాను నేను. ఎందుకు జీవిస్తున్నానో కూడా అర్థం కాని జీవితం. మనసు విప్పి చెప్పుకోవడానికి ఏ ఒక్కరూ లేరు నాకు, నా అనుకునేవాళ్ళు. నాకు ప్రశాంతత దొరికేది ఒక్క జాబ్‌లో ఉన్నప్పుడు మాత్రమే. ఇద్దరమూ మంచి Jobs చేస్తుండడంతో ఒక్క సంవత్సరంలోనే స్థలం కొని ఇల్లు కట్టించుకున్నాం. మంచి ఫ్రెండ్స్ ఏర్పడ్డారు.

అమ్మ, మరియు అందరూ ఒక్కొక్కరిగా వచ్చి వెళ్లారు. ఏ ఒక్కరికీ ఏమీ చెప్పలేక పోయాను నా జీవితంలో ఏమి జరుగుతుందో. కారణం ఎవ్వరూ నాకు సహాయం చేయలేరు అని తెలుసు నాకు. అదీ కాక నేనూ అలవాటు పడిపోయాను. సంవస్సరాలు గడుస్తున్నకొద్దీ.... వారానికి ఒక్క సారి జరిగే గొడవలు నెమ్మదిగా నెలకోసారి or రెండు నెలలకోసారి జరుగుతున్నాయి. కారణం మాకు ఫ్రెండ్స్ కూడా ఎక్కువ అవడంతో అనుకొంటా. మా ఫ్రెండ్స్ గ్రూప్లో మాదే పెద్ద ఇల్లు కావడంతో అందరూ వీకెండ్ కు మా ఇంటికే వచ్చి, అందరం కలిసి వండుకొని, తాగడం, తినడం, డాన్సులు... చాలా సరదాగా గడిచేది. మా ఇంటిలోనే పడుకుని, next day breakfast కూడా చేసుకొని వెళ్ళేవాళ్ళు ఫ్రెండ్స్ అందరూ.

Australian Citizens కూడా అయిపోయాము మేము. కొంచెం డబ్బు చేతిలో కూడా ఆడుతుండడంతో ఇటలీ వెళ్లి పిల్లల కోసం ట్రై చేద్దాం అని బయలుదేరాం. దానిలో భాగంగా అమెరికా, లండన్, పారిస్, ఇటలీ మరియు ఇండియా వెళ్ళాము. పారిస్ లో డాక్టర్ పిల్లెట్ అని prosthesis హ్యాండ్ చేయగలరు అని, అతనిని consult చేయడానికి వెళ్ళాము. Milan, Italy లో 15 రోజులు ఉండి ట్రీట్మెంట్ చేయించుకొన్నాం. అయినా నేను గర్భవతిని కాలేదు.

ఒక్క సంవత్సరం పోయాక తెలిసింది. Sydney లోనే ఆ treatment చేస్తున్నారని. Sperm clean చేసి, IVF ద్వారా పిల్లలను కనే సదుపాయం ఉన్నదని. బాగా ఖర్చుతో కూడుకొన్న treatment అది. అయినా చేయించుకోవడానికి నిర్ణయించుకున్నాం. నా మీద అన్ని టెస్టులు చేశారు. అన్నీ బాగానే ఉన్నా, స్వయంగా కనలేము కాబట్టి వెంటనే కృత్రిమంగా ట్రీట్మెంట్ చేయడానికి అంగీకరించారు.

మంచి healthy eggs ఏ వచ్చాయి. ఒక సారి సఫలం కాక రెండో సారి పెట్టించుకుందాం అని వెళ్ళినపుడు, ఎంబ్రియోస్ స్టోర్ చేసిన చోట temper-ature failure అయ్యి అన్ని ఎంబ్రియోస్ పాడయిపోయినట్లు చెప్పారు. మళ్ళీ

ట్రీట్మెంట్ మొదటినుండీ స్టార్ట్ చేశాము. మొదటిసారి వచ్చినన్ని ఎగ్స్ రాకపోయినా అన్ని ప్రయత్నాలు చేశారు. టైం వేస్ట్, మనీ వేస్ట్ తప్ప నేను గర్భవతిని కాలేదు. నా ట్యూబ్స్ అన్నీ బాగానే ఉన్నాయి, గర్భాశయం కూడా బాగానే ఉంది. తన స్పెర్మ్ కౌంట్ కూడా బాగానే ఉంది, కానీ నేను గర్భవతిని కావడం లేదు. ఎవరినన్నా దత్తత తీసుకొందాం అంటే తనకు ఇష్టం లేదు. నేను ఎంత బ్రతిమలాడినా దత్తతకు ఒప్పుకోలేదు. చేసేది లేక ఆ ఆలోచన మానుకున్నా.

అప్పటివరకూ హాస్పిటల్స్ చుట్టూ తిరిగి తిరిగి విసుగు వచ్చిన మేము, ఆస్ట్రేలియా అంతా చూద్దాం అని, టైం దొరికినప్పుడల్లా ఆ ఊరు, ఈ ఊరు తిరిగి వస్తున్నాము.

ఒకరోజు పెద్దన్నయ్య కాల్ చేశాడు. నేను పిల్లలను ఎందుకు కనడం లేదు అని కోప్పడి, నాలో ఎమన్నా ప్రాబ్లెమ్ ఉంటే ఇండియా రమ్మనీ, తను మంచి ట్రీట్మెంట్ ఇప్పించి పంపిస్తానని చెప్పాడు. నాకు ఏమీ ప్రాబ్లెమ్ లేదనీ ఇప్పట్లో పిల్లలు వద్దనుకుంటున్నాం అనీ చెప్పా.

విషయం ఏమిటంటే అన్నయ్య ఫ్యామిలీ vacation గా నా దగ్గరకు వచ్చినప్పుడు నా అత్తయ్య కూడా మా దగ్గరే ఉన్నారు. నా అత్త వదినకు చెప్పింది అంట, సదృశ్య కు ఎన్ని సార్లు కడుపు వచ్చినా పిల్లలు వద్దు అని వినకుండా abortion చేయించుకుంటుంది అని. ఆ మాట వదిన అన్నయ్యకు చెప్పింది, వాళ్ళు ఇండియా తిరిగి వెళ్ళాక. అన్నయ్య నన్ను ఎందుకు కనడం లేదు అని నిలదీయడానికి కారణం ఇది. నాకు బుర్ర తిరిగింది ఈ కొత్త స్టోరీ విన్నాక. అబద్ధం చెప్పి తప్పించుకోవడానికి నా దగ్గర ఏ స్టోరీ లేదు ఒక్క నిజం తప్ప. నాకు మీటింగ్ ఉందని చెప్పి ఆ రోజుకు తప్పించుకున్నాను.

కానీ అన్నయ్య వదిలిపెట్టలేదు. మళ్ళీ మరుసటి రోజు కాల్ చేసి నిజం చెప్పమన్నాడు. నిజం చెప్పినా ఉపయోగం లేదు, అన్ని దారులు మూసుకుపోయాయి నాకు ఎవ్వరూ సహాయం చేసే ప్రాబ్లెమ్ కాదు నాది అని

చెప్పా. ప్రతి problem కు ఒక సొల్యూషన్ ఉంటుందనీ, తను తప్పక సహాయం చేస్తానని చెప్పాడు. ఆ మాత్రం ఓదార్పు మాట వినగానే అన్ని సంవత్సరాలు ఆపుకున్న ఏడుపు ఒక్కసారిగా బయటకు వచ్చింది. మాట్లాడటానికి మాటలు రావడం లేదు. ఫోన్ పెట్టేసాను.

అన్నయ్య వదలలేదు. మళ్ళీ కాల్ చేశాడు, కాసేపాగి. విషయం చెప్పాను. అర్జెంటు గా ఇంటికి వెళ్ళి passport తీసుకొని, టికెట్ కొనుక్కొని ఫ్లైట్ ఎక్కమని చెప్పాడు. నాకు నవ్వొచ్చింది. అంత డేంజర్ ఏమీ లేదనీ, నేను ఈ లైఫ్ కు అలవాటు పడిపోయానని, అమ్మకు కూడా ఈ విషయం తెలుసుననీ, ఇదే అమ్మ నిర్ణయం కూడా అని చెప్పా.

అమ్మతో మాట్లాడి చేస్తా అని టక్కున ఫోన్ పెట్టేసాడు. ఒక గంట తరువాత అమ్మ కాల్ చేసింది. ఎంటి రాజాకు ఈ విషయం చెప్పావా అంటూ. చెప్పవలసి వచ్చింది అన్నా. మరి ఏమి చేద్దాం అనుకుంటున్నావు అని అడిగింది. చేయడానికి ఏమీ లేదు. ఈ లైఫ్‌కు, నా లైఫ్ ఇంతే అన్నా. ఇక మా మధ్యలో మాటలేమీ మిగలలేదు, మాట్లాడుకోవడానికి.

కాసేపయ్యాక మళ్ళీ అన్నయ్య కాల్. నేను ఎంత చెప్పినా అన్నయ్య ఒప్పుకోవడం లేదు. అమ్మను కూడా కోప్పడుతున్నాడు, తనెందుకు అలా చేసింది అంటూ. అయిపోయింది ఏదో అయిపోయింది ఇప్పుడు దాని గురించి ఆలోచించడం కూడా వేస్ట్. నా లైఫ్ ఇక్కడ సెట్ అయిపోయింది, ఈ వయసులో బయటకు వచ్చి ఏమి చేస్తాను ఇంక? నీకు నేను ఏమీ చెప్పలేదనుకొని మర్చిపో అని చెప్పా. కానీ అన్నయ్య వదలలేదు. నన్ను ఇండియా వచ్చేయమన్నాడు.

ఇండియా వద్దనుకుని వచ్చాను, ఈ పరిస్థితిలో ఇండియా అసలు రాలేను, అమ్మ దగ్గర అసలు ఉండను అన్నా. నువ్వు అమ్మ దగ్గర ఉండనవసరం లేదు, ఇండియా లోనూ ఉండనవసరం లేదు, అమెరికా పంపిస్తాను అన్నాడు. ఇవి

ఫోన్లో మాట్లాడితే జరిగే పనులు కావనీ, ముందు అమెరికా రమ్మని, కలిసి ఏమి చేయాలో మాట్లాడుకుందాం అనీ అన్నాడు.

ఏ వంక పెట్టుకుని అమెరికా వెళ్ళాలో అర్థం కాలేదు. నిజం తెలిస్తే చంపేస్తాడు నన్ను నా భర్త. ఇంటికి వెళ్ళాలి అంటే వణుకు పుట్టేది. భయం తోటే గుండె ఆగిపోతుందేమో అనిపించేది. నా శరీరం తో పాటు గుండె కూడా చాలా గట్టిదే. ఏమీ అవ్వడం లేదు. 2 నెలలు అయింది, నా భర్తకు ఉద్యోగం పోయి. ఇంట్లోనే ఉంటున్నాడు. అది నాకు ఇంకా ఇబ్బందిగా ఉంది. ఇంటికి వెళ్ళాలి అంటే వణుకు పుట్టేది.

అన్నయ్య, నేను కలిసి ఒక డెసిషన్ కు వచ్చాము. లక్కీ గా డాక్టర్ పిల్లెట్ ఈ మధ్య Chicago, US లో కూడా treatment ఇస్తున్నట్లు తెలిసి, తను నన్ను US రమ్మంటున్నాడనీ, డాక్టర్ Pillet దగ్గర ప్రొస్థెసిస్ హ్యాండ్ పెట్టించుకోవడానికి హెల్ప్ చేస్తా అంటున్నాడని చెప్పా.

అదేంటి నీకు swimming & tennis ఇష్టం అని Millennium Olympics లో ఆ games చూడాలని tickets కూడా కొనుక్కున్నాము కదా! ఇప్పుడు ఎలా వెళతావు అన్నాడు. Correct ఏ కానీ ఇప్పుడయితే అన్నయ్య US లో ఉన్నాడు help చేస్తా అన్నాడు. నాకు ప్రస్తుతం నా చెయ్యి పని important అనిపిస్తుంది అన్నా. ఏ మూడ్లో వున్నాడో ఏమో, వెంటనే అంగీకరించాడు. ఆ next week కే టికెట్ కొనుక్కొని US వచ్చేశాను. తను ఒప్పుకున్నా, flight ఎక్కి అది కదిలే దాకా ప్రతీ క్షణం నరకం అనుభవించాను నేను. నన్ను దింపడానికి airport కి వచ్చినప్పుడు ఎందుకో చాలా నీరసంగా ఉన్నాడు తను.

2000 October, Australia వదిలి పెట్టి America చేరుకున్న.

అప్పటికి నా విషయం నాకు, అమ్మకు అన్నయ్యకు & నా పెద్దక్కకు మాత్రమే తెలుసు (అప్పటికే పెద్దక్క అమెరికా వచ్చేయడంతో తనకు చెప్పవలసి వచ్చింది). నా లైఫ్ ఒక దారికి వచ్చేదాకా ఎవ్వరికీ చెప్పకూడదు అని అందరి దగ్గర మాట తీసుకున్నా నేను.

 సద్రుశ్య

అన్నయ్య plan ఏమిటంటే నేను ఇండియా వెళ్ళి IT కోర్సులు చేసి H1 కు అప్లై చేసి US కు రావాలి అని. IT కోర్సులు చేయాలి అంటే నేను హైదరాబాద్‌లోనే ఉండాలి. నా రెండవ అక్క ఇంటిలో నన్ను ఉంచడానికి డిసైడ్ చేశారు. ఒక రకంగా నాకు రెండవ అక్క అంటే ఇష్టం లేకపోయినా అంగీకరించాను. దానికి కారణం లేకపోలేదు. అంతకుముందు నేను ఇండియా వచ్చినప్పుడు రెండవ అక్క వాళ్ళు తిరుపతిలో ఉండేవారు. అక్కడే అన్నయ్యకు guesthouse కూడా ఉంది. నేను తిరుమల వెళ్ళడం కోసం, తిరుపతి వెళ్ళి అన్నయ్య guesthouse లో ఉన్నపుడు అక్క, బావ ఎంతో ప్రేమగా వచ్చి, నేను వద్దన్నా ఒక్క రోజన్నా తమ దగ్గర వుండాలంటూ తీసుకుపోయారు. సరే అని వెళ్ళాను. ఆ రోజుకు భోజనం చేసి, కబుర్లు చెప్పుకుని పడుకున్నాము.

Next day breakfast చేస్తుండగా, వాళ్ళకు ఆస్ట్రేలియా రావాలని ఉన్నదనీ నువ్వు sponsor చేసి help చేయగలనా అని అడిగారు. తప్పకుండా చేస్తా అని, నేను తిరిగి Australia వెళ్ళిన 10 రోజుల్లోనే sponsorship పేపర్స్ రెడీ చేసి courier చేశా. వారం తరువాత కాల్ చేస్తే పేపర్స్ అందాయని ఆలోచిస్తున్నామని చెప్పారు. ఇంకా ఏమైనా అవసరం ఉంటే కాల్ చేయమని చెప్పి పెట్టేసాను. వాళ్ళు మళ్ళీ నాకు కాల్ చేసింది లేదు, నేను ఏమైంది అని follow up అయిందీ లేదు.

సరే past లో వాళ్ళు అడిగింది నేను చేసి ఉన్నాను కాబట్టి, మొహమాటంగా ఉన్నా నా అవసరం కాబట్టి, రెండవ అక్క ఇంటిలో దిగా. IT కోర్సులు చేయడానికి. రెండవ బావ అడిగారు, ఎందుకు IT కోర్సులు చేయాలనుకుంటున్నావు అని? US వెళ్ళాలి అనుకుంటున్నాననీ, దానికి ముందుగా నేను H1 కు apply చేయాలనీ, అక్కడ మంచి ఉద్యోగం చేయాలంటే ఈ కోర్సులు చేయాలని చెప్పా. వాళ్ళకూ US రావాలని ఉన్నదనీ, ఇంతకముందు ఆస్ట్రేలియా అనుకొని కూడా భయపడి రాలేకపోయామనీ, ఈ సారి అమెరికా అయినా తప్పకుండా వస్తామనీ, కాకపోతే తను అక్కడ బిజినెస్ చేస్తా అనీ, మీ అక్క పడమటి సంధ్యారాగంలో సూర్యకాంతంలా ఇడ్లీలు,

దోశలు వేసే బిజినెస్ చేస్తుందని అక్కని సరదాగా ఆటపట్టించి, నాతోపాటు తను కూడా B1 వీసాకు అప్లై చేశారు. ఎందుకయినా మంచిది నేనూ నీతో కోర్సులు జాయిన్ అవుతా అని అనడం తో, ఇద్దరం కలిసి ఒరాకిల్ కోర్స్లో జాయిన్ అయ్యాము.

ఒక రోజు అన్నయ్య ఆఫీస్కు పిలిచి H1 కు apply చేసి, ఫాలో అప్ అవ్వకపోతే పనులు జరగవని, రోజూ ఆఫీసుకు వచ్చి US కు కాల్ చేసి వాళ్లకు అవసరమయిన paperwork పంపుతూ ఉండాలనీ, లేకపోతే process delay అవుతుందని హెచ్చరించారు. అదే విషయం బావకు కూడా చెప్పా. రెండు రోజులు ఇద్దరం అన్నయ్య ఆఫీసుకు వెళ్లడం వాళ్లు అడిగే paperwork fill చేసి పంపడం చేసాము. మూడవరోజు నుండి బావ తనకు బిజినెస్ పనులు ఉన్నాయని రోజూ అన్నయ్య office చుట్టూ తిరగలేననీ చెప్పి రావడం మానేశారు.

అన్నయ్య కూడా తనకు అమెరికా రాకపోయినా ఇక్కడ బిజినెస్ ఉంది, కానీ నీ పరిస్థితి అలా కాదు, నువ్వు తప్పనిసరిగా వెళ్ల తీరవలసిందే, రోజూ కాల్ చేసి నీ ఫైల్ ఎంతవరకు వచ్చిందో follow-up అవ్వవలసిందే అన్నాడు. కోర్స్ అయ్యాక బావ నన్ను అన్నయ్య ఆఫీసు దగ్గర దింపి వెళ్లిపోవడం, అక్కడినుండి అన్నయ్య కారులో తిరిగి ఇంటికి వెళ్లడం దినచర్యగా మారింది. ఒరాకిల్ తో పాటు జావా కూడా చేయమని భారతి చెప్పింది. బావ చేయను అన్నారు. Hyderabad లోనే ఉన్న నా college degree friend నాతో పాటు Java course చేస్తా అనడంతో ఇద్దరం జాయిన్ అయ్యాము.

కొద్దిరోజుల తర్వాత నేను ఇంటికి వెళ్లగానే అక్క పిల్లలతో కబుర్లు చెయుతున్న బావ టక్కున లేచి bedroom లోకి వెళ్లి పోవడం, నేను hall నుండి ఇంకో బెడ్రూమ్లోకి వెళ్లగానే తను తిరిగి హాల్లోకి రావడం గమనించాను. ఇది ఒక్క రోజు కాదు, రోజూ ఇలాగే చేస్తున్నారు. ఒకరకంగా నాకు అర్థం అవ్వాలి అన్నట్లుగా చేస్తున్నారు. అన్నయ్యకు చెప్పాను, నాకు అక్కడ ఉండడం చాలా ఇబ్బందిగా ఉందనీ, ఏదైనా రూమ్ తీసుకుని ఉంటా అని, నా వల్ల వాళ్ళ

ఇంటిలో వాళ్ళు ఇబ్బంది పడటం నాకు ఇష్టం లేదని. ఎందుకు అలా వుంటున్నారు వాళ్ళు అని కారణం అడిగారు. నాకు తెలియని కారణాన్ని నేనెలా చెప్పగలను. అదే చెప్పా అన్నయ్యతో.

ఒక్కదానినే రూమ్ తీసుకొని ఉండటం మంచిది కాదని పెద్దక్క (పెద్దమ్మ కూతురు. చిన్నప్పటి నుండీ మాతో కలిసి పెరిగింది తనే) దగ్గర ఉండమన్నాడు. నేను కోర్సులు చేసుకు రావడానికి నాకో కారు, సెల్ ఫోన్ కూడా ఇచ్చాడు అన్నయ్య.

జావా కోర్స్ చేస్తుండగా కొంత మంది (ఫ్రెండ్స్ పరిచయం అయ్యారు. వాళ్ళు ఆస్ట్రేలియా వెళ్ళడానికి అప్లై చేసారని జావాతోపాటు టెస్టింగ్ టూల్స్ కూడా నేర్చుకుంటే మంచిదని చెప్పారనీ, మాకూ interest ఉంటే ఈ కోర్స్ అయిన వెంటనే, కావాలంటే వాళ్ళతోపాటు join అవ్వమని చెప్పారు. అప్పటికే US లో ఉన్న భారతి కూడా అది మంచిదే మీరూ చేయండి అనడంతో మేమిద్దరం test-ing tools కూడా నేర్చుకోవడానికి join అయ్యాము. వాటితోపాటు మరికొన్ని courses కూడా జాయిన్ అయ్యాము.

ఈ కోర్సులు చేస్తున్నది రెండవ అక్క ఇంటికి దగ్గరలోనే కావడంతో అపుడపుడు తన ఇంటికి లంచ్‌కు కూడా వెళ్ళేదానిని. నెమ్మదిగా నాకు అర్థమయినది ఏమిటంటే, నేను, అన్నయ్య బావను పట్టించుకోవడం లేదనీ, తనకు B1 వీసా రాకుండా చేస్తున్నామనీ అందుకే బావకు నామీద కోపం అనీ విన్నా. నవ్వాలో, ఏడవాలో అర్థం కాని కారణం అది. అప్పటికీ అన్నయ్య, నాతో పాటే తనకూ, తన కంపెనీ ద్వారా (ఫ్రీగా తన ఖర్చుతో (మాకు ఏ ఖర్చు లేకుండా) అప్లికేషన్స్ పెట్టించి, (ప్రోసెస్ చేయిస్తున్నారు. ఇంక పట్టించుకోకపోవడం ఏముంది దీనిలో.

ఇకపోతే నా పరిస్థితి వేరు కాబట్టి అన్నయ్య నేను ఆఫీసుకు రాకపోతే కాల్ చేసి ఈ రోజు ఎందుకు రాలేదు అని, నా మీద కోప్పడేవారు. ఈ ఒక్కటి తప్ప అన్నయ్య ఏనాడు తేడా చూపించలేదు. కానీ నాకు తెలిసిన బాధాకరమైన

విషయం ఏమిటంటే నేను ఇంటిలో లేనప్పుడు రోజూ బావ నా suitcase ఓపెన్ చేసి చూసేవారని. చిన్నప్పుడు కూడా ఒకసారి నా రెండవ అక్క నాకు తెలియకుండా నా డైరీ తీసి చదివి, నన్ను చాలా ఏడిపించి బాధపెట్టింది. ఒక్క గూటి పక్షులు ఒకే చోటుకు చేరుతాయి కదా అనిపించింది. వాళ్ళ ఇంటి నుండి బయటకు రావడం మంచి నిర్ణయం అనిపించింది.

నా భర్త దగ్గరినుండి ఈమెయిల్స్, ఫోన్ కాల్స్ వస్తున్నాయి. అసలు ఎందుకు కోర్సులు చేస్తున్నావు? నీకు అవసరం ఏముంది? ఇక్కడ జాబ్ వుంది కదా... అది కాక నా హెల్త్ కూడా బాగాలేదు. ఇప్పుడు నీ హెల్ప్ నాకు చాలా అవసరం, త్వరగా రా అంటూ. నేను జాబ్ resign చేసి వచ్చినట్లు తనకు తెలియదు. నేను US కు వెళ్ళిన 3 వారాలకు తనకు కళ్ళు తిరిగి పడిపోగా, హాస్పిటల్‌లో జాయిన్ అయ్యానని వైట్ బ్లడ్ సెల్స్ బాగా పడిపోయాయనీ, సీరియస్ గా ఉందనీ, వెంటనే రమ్మని కాల్స్ మీద కాల్స్ చేసేవాడు.

ఒక్క సారి ఫోన్ తీస్తే 4 సార్లు తీసేదానిని కాదు. అన్నయ్య, అక్క అసలు తన ఫోన్లు ఆన్సర్ చెయ్యవద్దు అనేవారు. నాకే పాపం అనిపించి అపుడపుడు ఆన్సర్ చేసేదానిని. డాక్టర్‌తో కూడా మాట్లాడాను. తన పరిస్థితి బాగోలేదు మెడిసిన్స్ వాడటం స్టార్ట్ చేయాలి అని చెప్పారు. ఒకసారి వెళ్ళి వస్తాను అంటే అన్నగాని, అక్కగానీ ఒప్పుకోలేదు. ఇన్నాళ్ళకు బయటపడ్డావు మళ్ళీ వెళతాను అంటావేంటి అని కోప్పడ్డారు.

నేను ఇండియా వెళ్ళి 4 నెలలు అయినా కూడా తిరిగి రాకపోవడంతో తన నాన్నను వెంట పెట్టుకొని (నా పెద్దమ్మ కూతురి ఇంటికి) ఇండియా వచ్చాడు, recover అయ్యాక. నా పెద్దక్క కూడా అనుకోకుండా అపుడు ఇండియాకి వచ్చి ఉంది. నేను ఇండియా వదిలి వెళ్ళేదాకా నా భర్తకు HIV ఉన్నదన్న విషయం ఎవరికీ చెప్పొద్దు అని ముందుగానే అనుకున్న నేను, నా పెద్దక్క అన్నయ్య నన్ను వాళ్ళతో పంపడం ఇష్టం లేదనీ, ఇన్నాళ్ళూ వాళ్ళకు నేను పడుతున్న physical abuse విషయం తెలియక ఏమీ చేయలేకపోయామనీ, ఇప్పుడు

తెలుసు కాబట్టి వాళ్ళతో పంపే ప్రసక్తే లేదనీ ఖచ్చితంగా చెప్పారు. వాళ్ళు కొన్ని గంటలు కూర్చుని బ్రతిమలాడి, బ్రతిమలాడి వెళ్ళిపోయారు.

అప్పటిదాకా ఆనందంగా గడుస్తున్న లైఫ్లో.... మొగుడిని వదిలేసి వచ్చాను అని తెలియడంతో చాలా మార్పులు వచ్చాయి, కుటుంబంలో. నన్ను తేడగా చూస్తున్నారు. రోజు రోజుకూ తేడాలు ఎక్కువ అవుతూ వస్తున్నాయి. అప్పటికి అమ్మ నన్ను హెచ్చరిస్తానే వుంది, ఈ లోకం హర్షించదు తప్పో, ఒప్పో భర్తతోనే జీవితం, తిరిగి వెళ్ళిపో అంటూ. ఎప్పటికి అప్పుడు నా విషయాలు పెద్దక్కకు చెబుతూ ఉన్నాను, అమెరికా కు కాల్ చేసి. అదే నేను చేసిన అతిపెద్ద తప్పు అని నాకు తెలిసేసరికి చాలా డామేజ్ (సరిదిద్దుకోలేని తప్పు) జరిగిపోయింది.

ఇంతకంటే ఎక్కువ డీటెయిల్స్లోకి వెళ్ళడం ఇష్టం లేక ఈ విషయాలను పొడిగించడం లేదు. అయితే పెద్దక్క వెళ్ళి ఎవరికి చెప్పకూడదో వాళ్ళకే చెప్పింది. అప్పటివరకూ కుడితిలో పడి కొట్టుకొంటున్నదాన్ని ఏకంగా ఊబిలో పడిపోయాను. నరకం అంటే ఎక్కడో లేదు నా సొంత కుటుంబ సభ్యులే చూపిస్తున్నారు.

అయితే ఈ నరకం అంతా ఇంటివరకే పరిమితం. ఇది ఇప్పటి పరిస్థితే కాదు, చిన్నప్పటినుండీ అంతే. చాలా మంచి ఫ్రెండ్స్ ఉన్నారు నాకు. ఏ ఒక్కరితోనూ ఏ విధమైన ప్రాబ్లం లేదు. ఇప్పటివరకు నేను చేసిన ఉద్యోగాలలో కూడా అందరి సహచరులతో చాలా సరదాగా, ఏ problems లేకుండా గడిచింది. ఈ problems అన్నీ ఒక్క రక్త సంబంధీకులతోనే.

H1 రానే వచ్చింది. ఇండియాలో కంటే ఆస్ట్రేలియా వెళ్ళి స్టాంపింగ్ వేయించుకోవడం మంచిదని అన్నయ్య అనడంతో, ఆస్ట్రేలియా వెళ్ళి 5 రోజుల్లో స్టాంపింగ్ వేయించుకొని వచ్చాను. ఇప్పుడు US వెళ్ళాక ఉద్యోగం రావడానికి ఎంత కాలం పడుతుందో తెలియదు. అందాక నేను బతకడానికి డబ్బు కావాలి. ఈ ఆలోచన నాకు ముందుగానే వచ్చినా ధైర్యంగా అన్నీ వదిలేసుకాని

రావడానికి కారణం లేకపోలేదు. Almost 8 సంవత్సరాల క్రితం నేను నా చిన్నక్క కష్టాల్లో ఉన్నపుడు బిజినెస్ పెట్టుకోవడానికి సహాయం చేసిడున్నాను. ఇప్పుడు ఆ డబ్బే నాకు సహాయపడుతుంది అన్న ధైర్యం.

నాకు పెళ్లయిన కొత్తల్లో నాన్న బిజినెస్ అంతా wind up చేయడంతో చిన్నక్క అమ్మ దగ్గరకు వచ్చి, వాళ్ళ పరిస్థితి బాగోలేదని వడ్డీ వ్యాపారం చేద్దామనుకుంటున్నారని, దానికి పెట్టుబడిగా డబ్బు కావాలని, తను సహాయం చేయాలనీ అన్నది. అమ్మ మిగిలిన ఆడపిల్లలను అందరినీ కూడా అడిగింది తనతో పాటే మమ్మల్ని తలో చెయ్యి వేయమని. ఒక్క రెండవ అక్క తప్ప, నేను, పెద్దక్క, నా పెద్దమ్మ కూతురు సహాయం చేయడానికి అంగీకరించాము. మేము ఇచ్చే పెట్టుబడికి గాను మాకు వడ్డీ ఇస్తాను అన్నాడు చిన్న బావ. ఇంటి దగ్గరేవున్న మా వాటా స్థలాలను మా వాటా పెట్టుబడిగా ఇచ్చాము మేము ముగ్గరం.

అదే కాక మేము 1995 లో ఆస్ట్రేలియాలో కొత్త ఇల్లు కట్టుకున్నప్పుడు బ్యాంకుకు వడ్డీనే ఎక్కువ కట్టవలసివచ్చేది. రోజూ ఆ అప్పు గుర్తొచ్చి అస్సలు నిద్రపట్టేదికాదు. ఆ వడ్డీ తగ్గాలంటే, అసలు ఎంత త్వరగా కడితే అంత మంచిదని, నా వాటాగా (తల్లి తండ్రులిచ్చిన, main road మీద ఉన్న స్థలం) వచ్చిన ఒక prime land ని అమ్ముకానికి పెట్టాను. అమ్మ చిన్న బావకు చెప్పింది అమ్మిపెట్టమని. అది 4 నెలలు అయినా ఎవరూ కొనడానికి ముందుకు రావడం లేదనీ, కానీ దానిని నేను కొంటాను అని చిన్న బావ చెప్పడంతో, నాకు రూపాయలు వద్దు, ఆస్ట్రేలియన్ డాలర్స్ ఇచ్చేట్టయితేనే అమ్ముతాను అని చెప్పా. సరే అని, నాకు డబ్బు పంపుతానని అన్నాడు. ఒక వారం అయింది, ఇంకో వారం అయింది. వాళ్ళ దగ్గరినుండి ఏ డబ్బూ రాలేదు. ఏమైంది అని కాల్ చేస్తే అదేంటి రిజిస్ట్రేషన్ అయిపోయిందిగా, ఇంకా డబ్బు రాకపోవడం ఏంటి అన్నది అమ్మ. నా తరపున అమ్మ సంతకం పెట్టెటట్లుగా ఏర్పాట్లు చేసే వచ్చాను, ఇండియా వదిలే ముందే. ఆ విధంగా చిన్న బావ అమ్మ చేత ల్యాండ్ transfer చేయించేసుకొన్నాడు. అది తన పేరు మీద కాదు. ఇంకెవరి పేరునో.

                                                   సద్రుశ్య

విషయం ఏంటంటే అప్పటిదాకా ఆ స్థలాన్ని అమ్మడానికి నిజంగానే ప్రయత్నించాడు, కానీ నాకు అమ్మి పెట్టడానికి కాదు. నా దగ్గరి నుండి చవకగా ఆ స్థలాన్ని కొని ఇంకొకరికి double కంటే ఎక్కువ rate కు అమ్ముకోవడానికి. ఎంత మోసం!! సరే అమ్మ అయినా ఎలా సంతకం పెట్టింది? నాకు ముందుగా డబ్బు ముట్టిందో లేదో కనుక్కొని కదా రిజిస్ట్రేషన్ చేయాలి. అదే అడిగాను అమ్మను. నాకేమి తెలుసు నీకు డబ్బు అంతా ఇచ్చేసే నన్ను సంతకం పెట్టమన్నాడు అనుకొన్నా అన్నది.

అక్కను అడిగితే చెప్పిన విషయం ఏమిటంటే, వాళ్ళు సగం డబ్బు ఎవరో మార్చి పంపుతాను అంటే వాళ్ళకు ఇచ్చారనీ, వాళ్ళు ఆ డబ్బు తీసుకొని అమెరికా పారిపోయారనీ. మేము మార్చడానికే చూశాము కాబట్టి వాళ్ళ బాధ్యత ఏమీ లేదనీ ఆ పారిపోయిన వాళ్ళ కోసం వెతుకుతామనీ చేతులెత్తేశారు. అలా కొంత నష్టపోయాను. సరే ఇంకో సగం ఉంది కదా, మరి అది మీ ఫైనాన్స్ కంపెనీలోనే పెట్టుకొని వడ్డీ ఇస్తారా అంటే సరే అన్నారు. అప్పటివరకూ వాళ్ళకు అంతకు ముందుగా ఇచ్చిన డబ్బు కూడా వడ్డీ లెక్కకట్టి అదీ అసలులో కలుపమంటే సరే అన్నారు. ఆ విషయం చెబుతూ రాసిన లెటర్స్ ఇంకా నా దగ్గర ఉన్నాయి.

అలా వాళ్ళ దగ్గర ఉన్న మనీ పెరుగుతూ వచ్చింది. అలా ఆ డబ్బు ఉన్నది కదా అన్న ధైర్యం తోనే ఆస్ట్రేలియాలో ఉన్నవన్నీ వదులుకొని ఉత్త చేతులతో బయటకు రాగలిగాను. అమెరికాలో కొత్త జీవితం ప్రారంభించడానికి ఇప్పుడు నాకు ఇదే ఆధారం. ఇప్పుడు నేను చిన్నక్కను అడిగింది ఆ డబ్బే.

గుంటూరు నుండి చిన్నక్క వచ్చింది. డబ్బిచ్చింది. లెక్క చూస్తే చాలా చాలా... తక్కువ ఉంది. అదేంటి ఇంతే వుంది అని అడిగితే, వాళ్ళ బిజినెస్ లాస్‌లో ఉందని, బ్యాంకు వడ్డీనే ఇవ్వగలమని చెప్పారు. అలా చూసినా చాలా తక్కువే ఉంది. అదీ అడిగాను. ప్రతీ సంవత్సరం లెక్కలు చూసుకోవడానికి గాను 2 నెలలు కేటాయిస్తారనీ, దానికి గాను ఆ 2 నెలలూ వడ్డీ చెల్లించమనీ చెప్పింది. ఇప్పటివరకూ నేను మీ దగ్గర నుండి ఏ వడ్డీ తీసుకోలేదు (మిగిలిన ఇద్దరు

అక్కలలా), దానిని అసలులో కలిపి వడ్డీ ఇస్తామన్నరుగా అన్నా. ఇప్పుడు మా దగ్గర ఏమీ లేదు నీకు ఇవ్వడానికి, ఇకముందు వస్తే ఇస్తా అన్నది. సరే ఎంత ఇవ్వాలో లెక్క రాసి ఇవ్వు అన్నా (of course ఈ లెక్క కోసం 2 సంవత్సరాలు అడిగీ అడిగీ, ఇంక ఇవ్వరని అర్థమయ్యి వదిలేశా అనుకో).

అప్పటివరకూ నన్ను బాధ పెట్టినిది ఒక్క చిన్నక్కే అనుకున్నా…. ఆ ఉబలాటం కూడా తీరిపోయింది. ఏకంగా బట్టలూడదీసి రోడ్డుమీద నిల్చోపెట్టి నట్లయింది నా పరిస్థితి. తల వంచుకొని కన్నీరు కార్చడం తప్ప నాకేమీ తోచలేదు. తమాషా ఏమిటంటే… చిన్నక్క పక్కన లేనప్పుడు పనిగట్టుకుని మరీ ఒక్కొక్కరూ వచ్చి, తను చేసింది చాలా అన్యాయం అంటూ మాట్లాడేవాళ్ళు కానీ చిన్నక్కని ఒక్కరు కూడా ఇదేమి న్యాయం అని అడగలేదు.

నాలోవున్న ధైర్యం పూర్తిగా నశించిపోయినట్లనిపించింది. కానీ తప్పదు, ముందడుగే వేయాలి. అమెరికా వెళ్ళదానికి టికెట్ కొనుకున్నాను. హైదరాబాదు నుండి బొంబాయి వెళ్ళాను. అక్కడికి పనిమీదవెళ్ళివున్న రెండవ అన్నయ్య నన్ను పిక్ చేసుకున్నాడు. భోజనం చేసి ఇంటర్నేషనల్ airport కు బయలుదేరాము. US నుండి పెద్దన్నయ్య కాల్ చేశారు. World Trade Center పడిపోయిందని ఇప్పుడు flight ఎక్కడం మంచిది కాదని, తిరిగి హైదరాబాద్ వెళ్ళిపొమ్మని. నా కష్టాలకు నన్ను నేను కూడా తిట్టుకోలేని పరిస్థితి అది. ఊసురోమంటూ తిరిగి హైదరాబాద్ చేరుకున్నా. 3 వారాలకు గానీ air-ports క్లియర్ అవ్వలేదు.

అక్టోబర్ 1st 2001 New York, అమెరికా చేరుకున్న.

పెద్దన్నయ్య Manhattan, న్యూయార్క్‌లోనే ఉన్నాడు. నేను ఇండియా వెళుతున్నాను, నా అపార్ట్‌మెంట్ ఖాళీగానే ఉంటుంది కదా నువ్వు ఇక్కడే ఉండొచ్చు, నా కారు కూడా వాడుకోవచ్చు అని చెప్పాడు. అన్నయ్య ఆ సహాయం చేయకుండా ఉండి ఉంటే, నా దగ్గర ఉన్న డబ్బు ఒక్క నెలకు కూడా

సరిపోయేది కాదు Manhattan లో. నేను వీధినపడి అడుక్కునే పరిస్థితి రాకుండా కాపాడినట్లనిపించింది నాకు. కానీ ఆనందించడానికి గానీ, బాధపడటానికి కానీ అప్పటికి ఏ ఫీలింగూ మిగలలేదు నాలో. తను ఉన్న వారం రోజులూ నా చేత డ్రైవ్ చేయించాడు అలవాటు పడటానికి. నాకు H1 చేయించిన అన్నయ్య ఆఫీస్ న్యూజెర్సీలో వుంది. అన్నయ్య ఇండియా వెళ్ళిపోయినా ఆఫీస్ వాళ్ళ సాయంతో అమెరికాలో ఉద్యోగం చేయడానికి కావలసిన paperwork అంతా అప్లై చేసి చేతికి రావడానికి నెల పైనే పట్టింది.

ఇండియా నుండి US కి వచ్చాక నా ఆలోచనా విధానం పూర్తిగా మారిపోయింది. ఏ పని చేసినా క్లియర్‌గా ఆలోచించాలి, ఏ నిర్ణయం తీసుకున్నా మంచి చెడుల బేరీజు వేయాలి అని అర్థం అయ్యింది. ఏ ఒక్కరూ నా వారిగా నాకు అనిపించలేదు. ఒంటరితనం ఇంకా ఎక్కువగా నన్ను పీడిస్తోంది. ఇప్పటిదాకా ఒంటరి ఫీలింగ్ ఉన్నా, ఒంటరిగా ఎప్పుడూ ఉండలేదు. ఇప్పుడు ఫీలింగ్ యే కాదు, ఒంటరిగా కూడా ఉన్నాను. కొత్త దేశం, కొత్త ఇల్లు, కొత్త పరిసరాలు, కొత్త మనుషులు.

ఇప్పుడే పుట్టినట్టుగా ఉంది ఒక రకంగా. ఏడవని, బాధపడని క్షణమంటూ లేదు. కారణం చిన్నప్పటి నా ఆలోచనలు, అనుభవాలు ఏవీ అబద్దాలు & తప్పు కాదని మరొక సారి prove అయ్యింది. నా ఈ ఒంటరి తనానికి తోడు నా ఆలోచనలే.

నన్ను బ్రతికిస్తున్నది నా ధైర్యం ఒక్కటే. చనిపోవాలని చాలా ఆలోచనలు వస్తున్నాయి.

బాగా ఆలోచించాను!! వేరొకరికోసం నేను ఎందుకు చనిపోవాలి? కష్టాలు పడటం ఎలాగూ అలవాటైపోయింది. ఇంకెన్ని కష్టాలయినా మొండిగా ఎదుర్కుందాం. చూద్దాం ఇంకేమీ జరుగుతుందో అని ఒక curiosity తో అసలు వీరెవరూ లేని కొత్త జీవితం ప్రారంభించాలి అని నిర్ణయించుకున్నా.

ముందు మాటలు నేర్చుకోవాలి. మాట్లాడే ముందు ఆలోచించాలి. అలా చేయడానికి ప్రయత్నిస్తున్నాను. అప్పుడు అర్థం అయ్యింది. English ఎలా నేర్చుకోవాలో. ఇప్పటిదాకా దీనిని ఇలా అంటారు. ఈ sentence కు ఇంగ్లీష్ ఇలా చెబుతారు అని నేర్చుకున్నాను. కానీ తెలుగులో చెప్పదలుచు కొన్నది, రివర్స్‌లో మాట్లాడితే ఇంగ్లీష్ అని అర్థం అయ్యింది.

ఇది అందరికీ తెలిసిన విషయమే కావచ్చు. కానీ నా మనసు కొత్తగా కనిపెట్టిన విషయం ఇది. ఈ విషయం తెలియక ఇన్నాళ్ళూ ఎంత కష్టపడ్డానో ఇంగ్లీష్‌లో మాట్లాడటానికి.

అప్పుడు అర్థం అయ్యింది, ఇప్పటిదాకా బావిలో కప్పల్లా బ్రతికాను. ముందు దాని నుండి బయట పడాలి. అందరినీ మర్చిపోయి, fresh గా లైఫ్ స్టార్ట్ చేయాలి. అన్నిటికంటే ముందుగా మాట్లాడటం నేర్చుకోవాలి.

ఆలోచనలు కూడా ఇంగ్లీష్‌లోనే ఆలోచించడం మొదలుపెట్టాను.

తరువాత ఒక్క నెలలోనే ఉద్యోగం వచ్చింది. జీతం ఎక్కువ కాకున్నా వెంటనే జాయిన్ అయిపోయా. అపార్ట్‌మెంట్‌కు అద్దె కట్టేది లేకపోవడంతో నాకు వచ్చే జీతం బాగానే సరిపోతుంది. ఉద్యోగంలో నిలదొక్కుకున్నాక మళ్ళీ ధైర్యం పుంజుకున్నది నాలో. కాకపోతే చాలా ఒంటరిని అనిపించేది. వర్క్, ఇల్లు తప్ప ఎక్కడికి వెళ్ళేదాని కాదు. అన్నయ్య పాలిటిక్స్‌లోకి వెళ్ళడానికి నిర్ణయించుకున్నాడు. ఆ బిజీలో అమెరికా కూడా రావడం లేదు. అంత పెద్ద అపార్ట్‌మెంట్ అవసరం లేదు కాబట్టి నా work కి దగ్గరలో uptown లో చిన్న అపార్ట్‌మెంట్ తీసుకొన్నాం. అదీ అన్నయ్య ఆఫీస్ తరపునే. ఇంటికి నా work కు 7 నిమిషాల నడక అంతే. లంచ్‌కి కూడా ఇంటికి వెళ్ళి వచ్చే దానికి. ఆఫీస్‌లో ఉన్నంత సేపూ చాలా బిజీ బిజీగా టైం గడిచిపోయేది. ఇంటికి వెళ్ళాలనిపించేది కాదు. ఇంటిలో చాలా ఒంటరిగా అనిపిస్తుంది. Slow గా work లో ఉన్న friends తో weekend shoppings కు sightseeing కు వెళ్ళడం మొదలెట్టా.

 సదృశ్య

ఒంటరిగా ఉన్నప్పుడు మాత్రమే ఆలోచనలతో పిచ్చి ఎక్కినట్లుగా ఉండేది. భర్త దగ్గర ఉన్నప్పుడు శారీరక బాధ మాత్రమే ఉండేది. అది నాలుగు రోజుల్లో తగ్గిపోయేది. కానీ నా రక్త సంబంధీకులు పెట్టిన బాధ మనసుకు సంబంధించింది, మర్చిపోవడం చాలా కష్టం. వాళ్ళ మాటలు, చేష్టలు గుర్తొచ్చినప్పుడల్లా గుండె పిండేసినట్లయ్యేది. వాళ్ళ తెలివితేటలను గుర్తించేంతగా నా బుర్ర ఎదగలేదు. నేను నా నాన్నలా ఉన్నది ఉన్నట్లు మాట్లాడేదానిని. పొలిటికల్ గా మాట్లాడటం నాకు చేతకాదు. అమ్మ అలా మాట్లాడొద్దు అని చెప్పేది. ఎందుకు కుండ బద్దలు కొట్టినట్లు మాట్లాడుతావు, కోపం తగ్గించుకో అంటుంది. కానీ ఏ విషయంలో రాని కోపం ఎవరైనా అబద్ధం చెబుతున్నారు అంటే మాత్రం బుస్సున లేస్తుంది. మొహమాటం లేకుండా అది అబద్ధం అని నిక్కచ్చిగా చెబుతాను. నా మనఃసాక్షిని చంపుకుని బ్రతకడం నా వల్ల కాదు. అంత చిన్న విషయాలకు అబద్ధమాడవలసిన అవసరం ఏమిటో నాకు ఇప్పటికీ అర్థం కాని విషయం.

మాకు డబ్బు ఉంది కాబట్టి మేమేమి చెప్పినా కరెక్ట్, నువ్వేది చేసినా తప్పు అనేది ఇంకొందరి వాదన. ఇది ఒప్పుకునే దాన్ని కాదు నేను. నీకు డబ్బున్నా లేకపోయినా న్యాయం పాటించాలి అంటాను నేను. ఇది ఎవ్వరికీ నచ్చేది కాదు. ఈ విషయంలో నేను అడ్డుపడుతున్నానని నాకు పెట్టిన పేరు రెటమతం. నేను మాట్లాడే మాటల్లో ఏ తప్పూ లేదని తెలిసినా అందరిలో వారినే సమర్థించే వాళ్ళు అందరూ. పక్కకి వచ్చి నువ్వ చెప్పిందే నిజం కానీ మాకు ఎదిరించే ధైర్యం లేదు అనేవాళ్ళు. డబ్బు చూసి భయపడుతున్నారో, మనిషిని చూసి భయపడుతున్నారో, వాళ్ళ నోటి మాటలకు భయపడుతున్నారో అర్థమయ్యేది కాదు. ఎన్ని మాటలన్నా న్యాయం వైపే నిలబడాలి, నిజాలే చెప్పాలి అని ఇంకా పట్టుదలగా ఉండేది నాకు. ఆ మాత్రం నేను ఇండియాలో ఉండగలిగింది పెద్దన్నయ్య సపోర్ట్ ఉండడం వల్లే. పెద్దన్నయ్య నన్ను పూర్తిగా అర్థం చేసుకోవడానికి కారణం లేకపోలేదు. కానీ ఇది నా కథ కాబట్టి తన విషయాలు ఇక్కడ అప్రస్తుతం.

ఇవన్నీ గుర్తొచ్చి ఏడవని రోజంటూ లేదు. నా అనుకున్న వాళ్లందరినీ నేను బాగా అర్థం చేసుకోగలిగింది నేను కష్టాల్లో ఉన్నప్పుడే & నాకు ఏ ఆధారం లేనప్పుడే. అమ్మ చెబుతూనే ఉంది. లోకం హర్షించదు భర్తను వదిలేసి వస్తే అని. కానీ నేనే వినలేదు. ఏ రోజూ సరిగ్గా నిద్ర ఉండేది కాదు. ఒంటరిగా అనిపించినప్పుడల్లా కిటికీలో నుండి బయటకు చూస్తూ నిల్చునేదాన్ని. Manhattan అవ్వడం మూలాన రోడ్లు ఎప్పుడూ ఖాళీగా ఉండేవి కాదు. నడుస్తూ వెళుతున్న వాళ్కను చూస్తూ ఉండే దానిని.

నేను ఇంటిలో ఒంటరిగా ఉంటూ బయటకు కూడా వెళ్ళడం లేదని, అన్నయ్య తనకు తెలిసిన ఫ్రెండ్స్‌ని weekends తమతో నన్ను కూడా బయటకు తీసుకుని వెళ్ళమని చెప్పేవాడు. అలా ఒకసారి నేను night club కి వెళ్ళినప్పుడు ఒక table దగ్గర కూర్చుని ఉన్నాను. Friends డాన్స్ వేస్తూ బిజీగా ఉన్నారు. వాళ్ళను గమనిస్తున్న నాకు, ఎవరో నన్నే చూస్తుండటం కనిపించింది. అతన్ని ఎక్కడో చూసినట్లనిపించింది. చిన్నప్పుడు ఒకసారి ఇలాంటి వ్యక్తే నా భర్తగా కనిపించాడు కలలో. తెల్లగా, ఎత్తుగా, హుందాగా ఉన్నాడు అతను. అతను నవ్వుతూ నావైపు చూస్తుండడంతో అప్రయత్నంగా నేను స్మైల్ చేశా. Green signal ఇచ్చినట్లు అనిపించిందేమో, నా దగ్గరకు వచ్చి మాట్లాడాడు. ఎవ్వరికీ నా contact number ఇవ్వని నేను, అతను అడిగిన వెంటనే నా ఫోన్ నెంబర్ ఇచ్చాను. అలా 2002 చివరలో Kevin పరిచయం అయ్యాడు.

అప్పుడే ఆస్ట్రేలియా నుండి ఈమెయిల్ వచ్చింది, కోర్టు నుండి. నా కారు మరియు మా ఇల్లుని నా భర్త అమ్మడానికి ప్రయత్నిస్తున్నాడని. నేను వాళ్ళకు కాల్ చేసి, లాయర్‌ని పట్టుకొని... ఎన్నో నిద్ర లేని రాత్రులు ఫోన్ ద్వారా గడిపి మొత్తానికి ఇళ్ళూ, కారు వాళ్ళే అమ్మి, మాకు డైవోర్స్ ఇచ్చి, వాళ్ళ పేమెంట్ తీసుకుని, నాకు రావలసింది పంపించారు. నా X మా జాయింట్ అండ్ home loan బ్యాంకుల్లో ఉన్న అకౌంట్స్‌లో మాక్సిమం equity తీసుకోగలిగినంత డబ్బంతా తీసేసుకొన్నాడు. అన్నయ్యకు చెబితే డబ్బు గురించి ఆలోచించకు ముందు అతనిని వదిలించుకో అన్నాడు. నాకూ అదే better అనిపించింది.

అప్పటికే అన్నీ పోగొట్టుకున్న దాన్ని, ఏ arguments లేకుండా త్వరగానే అన్నీ క్లియర్ చేసుకున్న ఫోన్ల ద్వారానే.

2003 Kevin పరిచయం అయ్యి అప్పటికి కొన్ని నెలలు అయ్యాయి. ఒక రోజు ఆఫీస్లో ఉండగా ఉన్నట్టుండి తోటకూరకాడలా వాలిపోయాను. నడవడానికి కూడా ఓపిక లేనంతగా ఉంది నా పరిస్థితి. ఆఫీస్ వాళ్ళు అంబులెన్స్ కు కాల్ చేశారు. ఈ లోపు నా వాళ్ళు ఎవరన్నా ఉంటే చెప్పమన్నారు, అప్పటికి నాకు వర్క్ లో వాళ్ళు తప్ప బయట వ్యక్తి కెవిన్ ఒక్కడే తెలుసు. వాళ్ళు కెవిన్కు call చేశారు. అంబులెన్స్ వచ్చేలోపే తానూ వచ్చేశాడు. నాతోపాటు తానూ హాస్పిటల్కి వచ్చాడు. నాకు తలనొప్పి పేలిపోతుంది. అన్ని టెస్టులు చేశారు. వాళ్ళకు ఏమీ అర్థం కావడం లేదు. ఇంకా ఇంకా టెస్టులు చేశారు. ఏ result లేదు. నాకు ఏమైందో తెలుసుకోవాలి అంటే ఇంక ఒక్క test ఏ మిగిలివుంది. అది నా వెన్నెముక నుండి సిరం తీసి test చేయడం. దానివలన మన శరీరంలో ఏ ప్రాబ్లం ఉన్నా తెలిసిపోతుంది అంట. అదీ చేస్తే తెలిసింది నాకు బ్రెయిన్ ఫీవర్ అని. ఈ మెదడుకి జ్యరం అనేది నేనెప్పుడూ వినలేదు.

వీటిల్లో కూడా రెండు రకాలుంటాయంట. ఒకటి viral meningitis రెండవది bacterial meningitis, లక్కీగా నాకు వచ్చింది వైరల్. దీనివల్ల సీరియస్ ప్రాబ్లం ఏమీ లేదు. అలా అని మెడికేషన్ కూడా ఏమీ లేదు. ఎక్కువగా మంచినీళ్లు తాగడం, రెస్ట్ తీసుకోవడం. తరువాతి రోజు ఆఫీస్కి వస్తాను అన్నా ఒక్క నెల దాకా రెస్ట్ తీసుకో అని అడగకపోయినా లీవ్ ఇచ్చారు. కెవిన్ నన్ను తన ఇంటికి తీసుకు పోయాడు. నన్ను బాగా చూసుకున్నాడు. నేను బాగా రికవర్ అయ్యాక ఇద్దరం Florida వెకేషన్కు వెళ్ళి వచ్చాము. తరువాత కెవిన్ నాకు ప్రపోజ్ చేశాడు. నేను ఓకే చెప్పినా, అన్నయ్య కూడా ఓకే చెయ్యంది పెళ్ళి చేసుకోను అని చెప్పా. పెద్దన్నయ్య పాలిటిక్స్తో బిజీగా ఉండడంతో రెండవ అన్నయ్యను పంపించారు, తను ఫోన్లో మాట్లాడారు కెవిన్తో. ఇద్దరూ ఓకే చేయడం తో కెవిన్ ఫామిలీని కూడా కలిసి వాళ్ళు ఓకే చేయడంతో కెవిన్ని

పెళ్లి చేసుకోవడానికి ఒప్పుకొన్నా. అసలు మరో పెళ్లే వద్దనుకున్న దాన్ని కెవిన్ మంచితనం వల్ల మారిపోయాను.

కెవిన్ మ్యూజిక్ కంపోజ్ చేసుకొంటాడు హాబీగా. నేనే నిజాలు చెబుతాను అంటే నన్ను మించిన నిక్కచ్చి మనిషి తను. ఒక రోజు ఇద్దరం ట్రెన్లో వెళుతుండగా నేను ఒక ఆమెను చూపించి ఆమెకు ఆ డ్రెస్ అవసరమా అన్నా. కెవిన్ నా వైపు కోపంగా చూసి, తనకు నచ్చింది తాను వేసుకొన్నది. అలా ఇంకొకరి గురించి ఎప్పుడూ కామెంట్ చేయకు అన్నాడు. నాకెంత సిగ్గేసిందో. అలా చిన్న చిన్న విషయాలే అయినా నన్ను మించిన మంచితనం కెవిన్ ది. నా బాబు తరువాత, అంతకు మించిన మంచి వ్యక్తి కెవిన్. కెవిన్‌కు నా జీవితంలో జరిగినవన్నీ దాచకుండా చెప్పాను. అలాగే తన విషయాలూ నాకు చెప్పాడు.

నా Job transfer చేయించుకొని Florida వెళ్ళిపోయాము.

డిసెంబరు 7th 2003న నాకు, కెవిన్‌కు హిందూ సంప్రదాయం ప్రకారం శివ విష్ణు టెంపుల్‌లో పెళ్లి జరిగింది. హిందూ పెళ్లి రిజిస్టర్ అవ్వదు కాబట్టి, హనీమూన్ కోసం Las Vegas వెళ్ళి డిసెంబరు 12thన చాపెల్‌లో వైట్ వెడ్డింగ్, రిజిస్టర్ మ్యారేజ్ చేసుకున్నాము.

జనవరి 23, 2004న ఇల్లు కొనుక్కున్నాము. ఒక్క సంవత్సరం దాకా పిల్లలు వద్దు అనుకున్నాము. అమ్మను రమ్మని, మా దగ్గర కొంత కాలం అయినా ఉండిపొమ్మని అడిగా. అమ్మ వచ్చి నా దగ్గర ఒక నెల ఉండి, ఇంకో నెల పెద్దక్క దగ్గర ఉండి మరలా నా దగ్గరకు వస్తా అని వెళ్ళింది. ఇక్కడ మీకో విషయం చెప్పాలి నేను. అమ్మ నా దగ్గర ఉండగా ఒక రోజు అప్పుడే fresh గా తలస్నానం చేసి, పూజ చేసుకుని కిచెన్ వైపు నడిచి వెళుతుంది. Living room లో కూర్చుని backyard లో ఉన్న lake ని చూస్తూ bird watching చేస్తున్న నేను యాదృచ్ఛికంగా నడిచి వస్తున్న అమ్మను చూశాను. తను చనిపోయి నా కడుపున పుడుతుంది అనిపించింది. ఒక్కసారిగా ఒళ్ళు వేడెక్కి

గుండె జల్లు మంది. ఇలాంటి ఆలోచన నాకు ఎందుకు వచ్చిందో అర్థం కాలేదు. నాకు ఇలాంటి వింత ఆలోచనలు రావడం చాలా సహజం. అందుకే వాటిని పెద్దగా పట్టించుకోను.

పాపం అమ్మ నా విషయంలో నా కంటే తాను ఎక్కువ మాటలు/బాధపడింది. తన సొంత అక్క, బావ వ్యాపారంలో మోసం చేయడమే కాకుండా... నాన్న పోయిన దగ్గరినుండి అమ్మని చాలా బాధపెట్టారు. ఆ గోల భరించలేక చిన్నజీయరుగారి దగ్గర మంత్రం తీసుకొని సన్యాసం పుచ్చుకొన్నది. నాకు ఈ స్వామిజీల మీద ఏ మాత్రం నమ్మకం లేదు. భక్తుల దగ్గర డబ్బు గుంజడానికి తప్పించి ఎందుకూ పనికి రారు వీళ్ళు అన్నది నా భావన. నా ఆలోచన ఎలా వున్నా అతని ప్రవచనాలు వింటూ శక్తి పీఠాలు, జ్యోతిర్లింగాలు తిరుగుతూ ప్రశాంతత పొందుతుందడంతో, కొంత అయినా ఆనందంగా ఉన్నదని మేమెవరమూ ఏమీ అడ్డు చెప్పలేదు. డొనేషన్స్ అంటూ, పాద పూజలంటూ అమ్మ దగ్గర డబ్బు తీసుకొంటూ వుండేవాళ్ళు ఆశ్రమం వాళ్ళు. సన్యాసం తీసుకున్న పెద్దనాన్న చేసే న్యూసెన్స్ నుండి తప్పించుకో లేకపోయింది.

అమ్మ పెద్దక్క దగ్గర ఉండగా ఇండియా నుండి కాల్ వచ్చింది. రెండవ అక్కకు క్యాన్సర్ అంటున్నారని, త్వరగా India రమ్మని. నా దగ్గరకు మరలా వచ్చి ఇంకో నెల ఉంటాను అన్న అమ్మ, అప్పటికప్పుడు టికెట్ మార్చుకొని వెంటనే ఇండియా వెళ్ళిపోయింది. నా దగ్గర ఉన్నప్పుడు ఒక చెవి సరిగ్గా వినిపించడం లేదన్నది. మళ్ళీ వస్తుంది కదా అపుడు చూపిద్దాం అనుకున్నా, కానీ అది జరగలేదు.

రెండవ అక్కకు 4th స్టేజి క్యాన్సర్ అన్నారు. వెంటనే ఆపరేషన్ చేసి ట్రీట్మెంట్ ఇచ్చారు.

మాకు పెళ్ళి అయి ఒక్క సంవత్సరం అవ్వాస్తోంది 1st Anniversary కి ఇండియాకి వెళ్ళి, Kevin కు India చూపించాలి అనుకున్నా.

ఎవరి ఇంటిలోనూ ఉండాలనిపించలేదు. హోటల్లో దిగాము. తరువాతి రోజు పెద్ద అన్నయ్య వచ్చి తన ఇంటికి తీసుకు పోయాడు మమ్మల్ని. ఏ శుభకార్యం అయినా మా ఇంటిలో తిరుపతికి వెళ్లి రావడం అలవాటు. చిన్నప్పుడు అమ్మ చెప్పింది కదా అని దేవుని దగ్గర దీపం పెట్టడం, తులసి కోటకు నీరు పోయడం తప్ప.. నాకు ఏ నాడూ నచ్చి ఈ పనులు చేయలేదు. కానీ కుటుంబంలో వస్తున్న పద్ధతులు కెవిన్ కు పరిచయం చేయాలి అని, మొదటిగా తిరుపతికి వెళ్లి తిరుమల కొండకు నడిచి ఎక్కి, నడిచి దిగాము ఇద్దరం. మరలా హైద్రాబాదు వచ్చి ఒక్కొక్కరిగా అందరి ఇళ్లకూ వెళ్లి కెవిన్ ను పరిచయం చేశాను. ఒక్క రెండవ అక్క ఇంటికే వెళ్లలేకపోయాను. నేను వస్తాను అన్నా తను వద్దు అన్నది. రెండు రోజులాగి మళ్లీ కాల్ చేశా. అలా 3 సార్లు ప్రయత్నించా. ఏ పని అయినా 3 సార్లు ప్రయత్నించడం నా అలవాటు.

15 రోజులు సౌత్ ఇండియా, 10 రోజులు నార్త్ ఇండియా అంతా తిరిగాము. పెళ్లిరోజుకు గోవా వెళ్లి వచ్చాం. అయితే గుడి పేరు చెప్పను కానీ, తమిళనాడు ఒక అమ్మవారి గుడిలో కెవిన్ను లోపలికి వెళ్లడానికి ఒప్పుకోలేదు. కెవిన్ను బయట ఉంచి నేను లోపలికి వెళ్లచ్చు అన్నారు. నా మనసు దానికి అంగీకరించలేదు. కెవిన్ కూడా పర్లేదు నేను ఇక్కడే ఉంటా, ఇంత దూరం వచ్చాము కదా నువ్వు వెళ్లిరా అన్నాడు. నాకు చాలా బాధనిపించింది. నాకు చాలా కోపం వచ్చింది ఆ పూజారి పైనే కాదు ఆ గుడిలో వున్న అమ్మవారి పైన కూడా. నా భర్తను రానివ్వని తనను కూడా నేను చూడదలుచుకోవడం లేదు అని చెప్పి వచ్చేసాను. నిజానికి ఈ దేవుళ్ల పైన నాకేమాత్రం నమ్మకం లేదు. కానీ సౌత్ ఇండియాలో ఈ గుళ్లు తప్పించి ఎక్కువ ఏమీ లేవు చూడడానికి.

కెవిన్ అమ్మకు క్యాన్సర్ అని తన చెల్లి కాల్ చేసింది. టికెట్ మార్చుకొని వెళ్లిపోదాం అనుకుంటే, అన్నయ్య న్యూ ఇయర్కి దుబాయ్ వెళుతున్నట్లు, మీరూ ఎలాగూ దుబాయ్ మీద గుండానే కదా 2 రోజులు ఇటు వచ్చి వెళ్లండి అంటే, అలానే చేశాము. అమెరికా వచ్చి న్యూయార్క్ వెళ్లి వచ్చాము. మా అత్తగారికి కూడా 4th స్టేజి క్యాన్సర్ అని చెప్పారు. మేము ఇండియా వెళ్లెముందు Thanksgiving కి న్యూయార్క్ వెళ్లి వచ్చాము కూడా. నాతో కెవిన్ చిన్నపుటి విషయాలు బోలెడు చెప్పింది అత్తయ్య. అంతకు ముందు కొన్ని నెలల క్రితం ఫ్లోరిడా కూడా వచ్చారు మా దగ్గరకు. నాకు కెవిన్ వాళ్ల ఫ్యామిలీలోని వాళ్లందరూ ఇష్టం. అందరూ చాలా మంచి వ్యక్తులు.

 సద్రూశ్య

Kevin అమ్మ, నాన్న ఇద్దరూ ఐర్లాండ్ దేశస్థులు. చదువుకోవడానికని అమెరికా వచ్చి న్యూయార్క్‌లో కలిసి ప్రేమించి, పెళ్లి చేసుకొని అమెరికాలోనే స్థిరపడ్డారు. మా అత్తయ్య తోబుట్టువులు ఎక్కువగా Ireland లో వున్నా తన ఇద్దరు sisters అమెరికాలోనే ఉంటారు. మా మామయ్య sisters, brothers కొంతమంది Ireland లోనూ, కొంతమంది England లోనూ ఉంటారు.

2006 మొదట్లో పెద్దన్నయ్య call చేసి రెండో అక్కకి సీరియస్‌గా ఉందని, ఇండియా వచ్చి వెళ్ళమని చెప్పాడు. ఇంతకుముందు నేను ఇండియా వెళ్ళినపుడు తన ఇంటికి నన్ను రానివ్వలేదు రెండవ అక్క. ఇక నేను India వచ్చి చూసేదేంటో నాకు అర్థం కాలేదు, రానన్నాను. Minneapolis లో ఉన్న పెద్దక్కకు కూడా ఏ మాత్రం ఇండియా వెళ్ళాలని లేదు.

అయినా పెద్దన్నయ్య మాట కాదనలేక ఇద్దరం ఇండియా వెళ్ళాము. పెద్దక్క రెండవ అక్క ఇంటిలోనే దిగినా, నేను అన్నయ్య guesthouse లో ఉంటాను అన్నా. అక్కను చూడటానికి ఏదో ఒక టైం లో తన ఇంటికి వెళ్ళి కాసేపు కూర్చొని వచ్చేదానిని. అమ్మకు ఒక మోకాలి నొప్పి మూలాన కుంటుతుంది కూడా. అయినా సరే తానే వండి పెడుతుంది అందరికీ చెమటలు కక్కుకుంటూ. అక్క కంటే అమ్మని చూస్తే ఎక్కువ బాధనిపించింది నాకు.

అమెరికా వెళ్ళే రోజు రానే వచ్చింది. అన్నీ సర్దుకొని పెద్దక్కను కూడా ఎక్కించుకుని ఎయిర్ పోర్ట్ కు వెళ్దాం అని రెండవ అక్క ఇంటికి వెళ్లా. బావ వచ్చి రెండవ అక్క నన్ను బెడ్ రూంలోకి రమ్మంటుందని పిలిచి తీసుకుపోయారు. ఆశ్చర్యం! అక్క తెలిసో తెలియకో నీ విషయంలో తప్పు చేశాను క్షమించు అన్నది కన్నీళ్లతో. ఇప్పుడు చెప్పి ఏమి ప్రయోజనం అన్నీ జరిగిపోయాయి కదా అన్నా. చెప్పాలనిపించింది అన్నది. సరే జరిగిపోయిన విషయాల గురించి ఆలోచించకు, నీ ఆరోగ్యం బాగా చూసుకో అని అన్నా. ఇక ఏమి మాట్లాడాలో అర్థం కాలేదు, వెళ్ళొస్తా అని చెప్పి వచ్చేశా.

కొన్ని నెలలు గడిచాక ఏప్రిల్‌లో పెద్దన్నయ్య మళ్ళీ కాల్ చేసాడు రెండవ అక్కకు సీరియస్, ఇండియా అర్జెంటుగా రావాలంటూ. నాకు లీవ్ లేదు నేను రాలేను అని చెప్పినా, అన్నయ్య వెంటనే కచ్చితంగా రావాలి అని చెప్పడంతో leave without pay తో ఇండియా వెళ్ళా. ఇక్కడ నుండి story మీకు already చెప్పాను.

❖❖

మొదటి పుస్తకంలోని నా అనుభవాలు ప్రకృతి సాయంతో నాలోని ప్రకృతి చేసిన ప్రయాణం.

రెండవ పుస్తకంలోని నా అనుభవాలు నా జీవుడు చేసిన ప్రయాణం.

ఈ పుస్తకం నా శరీర ప్రయాణం. వీటి మూడు దారులు వేరయినా లక్ష్యం ఒకటై ఉండాలి.

అలా ఇప్పటివరకూ ధ్యానంలో నేను చేసిన ప్రయాణం గురించే చెప్పాను. ఒకరి తరువాత ఒకరి ప్రయాణం సాగినా మూడింటి అనుభవాలు, ఆలోచనలూ కూడా ఎప్పటికప్పుడు రాస్తూ ఉండడంతో మీకు కొంచెం con-fused గా ఉండి ఉండవచ్చు. అది ఎంత మందికి అర్థం అయ్యిందో తెలీదు. ఇప్పుడు ధ్యానంలో నాకు ఏమి జరిగిందో నా మాటల్లో simple గా చెబుతా.

ఏ ప్రయాణం అయినా మనసా వాచ కర్మణ న్యాయం ధర్మం పాటిస్తూ చేసిన మూడింటి end result ఒక్కటై ఉండాలి. నేను సామాన్యంగా ఒకరు చేస్తున్నారు అని నేను ఆ పనిని చేయను. నేను చేయబోయే పని నాకు నచ్చాలి. ఆ పని వలన వచ్చే ఫలితం గాని, ఉపయోగం గాని నాకు ముందుగా తెలియాలి. ఏ పని అయినా చేయాలి అనుకుంటే మాత్రం 100% మనసు పెట్టి శ్రద్ధగా చేస్తా. ఇది నాలో పుట్టుకతో వచ్చిన inbuilt తత్వం. ఈ నా అలవాటే ధ్యానంలో నాకు 100% result రావడానికి సహాయపడింది.

సదృశ్య

కళ్ళు ఉండబట్టే చూడగలుగుతున్నాను అనుకున్నా ఇన్నాళ్ళు. కానీ ఈ కళ్ళతో కంటే జ్ఞాన కళ్ళతో అసలయిన ప్రపంచాన్ని చూడగలుగుతున్నాను. కేవలం కళ్ళు మూసుకొని కూర్చోవడం కాదు 'Meditation' అంటే. జ్ఞాన నేత్రాలను తెరిచి నిజాన్ని తెలుసుకోవడమే ధ్యానం. నేను చెప్పేది ప్రశాంతంగా మనసుతో చదివి అర్థం చేసుకుంటే మీకే అర్థం అవుతుంది ధ్యానం అంటే ఏంటో.

ఈ అనంత విశ్వంలో ఉన్న ప్రతీ ఒక్క జీవీ సమానమే. ఈ ప్రయాణం నా ఒక్కదాని సొంతం కాదు. మానవునిగా జన్మ తీసుకున్న ప్రతీ ఒక్కరూ ఈ ప్రయాణం చేయడానికి అర్హులే.

మనం చేయాబోయే ప్రతీ ప్రయాణానికి ముందుగా, ఆ ప్రయాణం smooth గా సాగిపోవడానికి, ఎలా prepare అవుతామో ఈ ధ్యానానికి కూడా అలానే కొంత preparation అవసరం.

మీకు ఈ మానవజన్మ ఎందుకు వచ్చిందో, మీ కర్తవ్యం ఏమిటో తెలుసుకుని దానిని successful గా పూర్తి చేసుకోవాలి అంటే ధ్యానం చేయవలసిందే. మీరు ఒక కుటుంబాన్ని ఏర్పరచుకుని దానిని పోషించడమే పనిగా పెట్టుకుంటే తప్పు లేదు కానీ, అది మీ జీవుని కర్తవ్యం మాత్రం ఖచ్చితంగా కాదు. అది కేవలం మీ శరీర కర్తవ్యం మాత్రమే. దానిని ignore చేయమని అనను కానీ అది మీ జీవిత లక్ష్యం మాత్రం కాదు. మీకు వచ్చిన ఈ జన్మను సార్థకం చేసుకోవాలి అంటే ధ్యానం ప్రారంభించండి.

మీరు అంటే అది మీరొక్కరే కాదు. అది నలుగురి సమూహం.

1. ప్రకృతి

2. జీవుడు

3. శరీరం

4. ఆత్మ

పరమ్మాత్మ గురించి ప్రస్తుతం పక్కన పెడదాం. ఈ నాలుగింటి సమూహమే నువ్వు. ఈ జన్మ సార్థకం చేసుకోవాలంటే వీళ్ళందరినీ satisfy చెయ్యాలి. వీళ్ళందరి లక్ష్యాలు నెరవేరాలి. అందరూ చేసే పని ఒక్కటె ఉండాలి.

అది ఎలా అంటే ఒక చిన్న example చెబుతా. మనం School లో చదివేటప్పుడు, ఒకళ్ళు teacher చెప్పింది విని exams రాస్తే, ఇంకొకరు రాసుకున్న notes బట్టి కొట్టి exams రాస్తే మరొకరు teacher చెప్పింది విని clear గా notes రాసుకుని దానిని అర్థం చేసుకుని పరీక్ష రాయడం. ఎలా exams రాసినా దాని end result exams pass అవ్వాలి స్వయంకృషితో. ఈ ధ్యానం కూడా అంతే. ప్రతీ ప్రయాణం చివరిలో ఒక exam ఉంటుంది. అది pass అవ్వడమే నీ లక్ష్యం.

ఒక తరగతి పరీక్ష pass అయితేనే కదా పై తరగతులకు వెళ్ళగలవు. ఇదీ అంతే. ఒకదాని ప్రయాణం ముగిశాక, అప్పటివరకూ చేసిన ప్రయాణం గురించి ఒక పరీక్ష ఉంటుంది. ఆ పరీక్షలో నెగ్గితేనే తరువాత దాని ప్రయాణం మొదలవుతుంది.

కానీ మనిషి శరీర పోషణ & శరీర బంధాలకు మాత్రమే ప్రాముఖ్యత ఇచ్చి మిగిలిన రెండింటినీ ignore చేస్తున్నాడు. అసలు మీకు ఈ శరీరం రావడానికి కారకుడే జీవుడు. అలాంటప్పుడు అతనిని satisfy చెయ్యకపోతే ఎలా? మీ మనసులో వచ్చే ప్రతీ ఆలోచనా మీ జీవుని ద్వారా మీకు అందుతూ ఉంటుంది. వీటిని గ్రహించి పాటించగలిగితే మీలో మార్పు వచ్చినట్లే.

శరీర పోషణకు సంబంధించిన ఆలోచనలు మీ మెదడు ద్వారా మీకు అందుతూ ఉంటాయి. ముఖ్యంగా ఈ రెండింటి తేడా మీకు అర్థం కావాలి. ముందుగా శరీర బాధ్యతలను పూర్తి చేసుకుని మనసుని ప్రశాంతంగా ఉంచగలిగితే ఈ process ఇంకా సులువు అవుతుంది.

 సద్రుశ్య

మీరు ధ్యానంలో కూర్చున్నప్పుడు ఆలోచనలు వస్తున్నాయి అంటే, ఆ ఆలోచన ఎందుకు వస్తుందో గ్రహించి ఆ సమస్యను పరిష్కరించుకోండి. పరిష్కారం లేని సమస్య అయితే దాని గురించి worry అయ్యి లాభం లేదు కాబట్టి ఆ సమస్యను మర్చిపోండి. ఏ కోరికో or సమస్యో ఉంటే తప్పించి ఆలోచనలు రావు.

మానవుడు ధ్యానం ఎందుకు చెయ్యాలి అంటే, జీవుడు ఈ జన్మ తీసుకోవడానికి గల కారణం తెలుసుకుని, దానిని పూర్తి చేయడంతో మీ కర్మలు balance అవుతాయి. కర్మల శేషం శూన్యం అయితే ప్రయత్నపూర్వకంగా మోక్షం పొంది పరమ్మాత్మలో ఐక్యం అవ్వొచ్చు.

సరే ఏ ఆలోచన లేకుండా కూర్చోగలుగుతున్నారు what next?

ఈ భూమిపై million colors ఉన్నా ప్రాముఖ్యంగా ఈ ప్రకృతి 7 వర్ణములను కలిగి వుంది అని మీకు ఇంతకు ముందే చెప్పాను. శరీరం కూడా ప్రకృతి తో ఏర్పడింది కాబట్టి ఈ ఏడు రంగులూ మన శరీరంలో కూడా వున్నాయి. మన శరీరం ఒక మాయ చేత కప్పబడి ఉంటుంది. సాధారణంగా శరీరం బ్రతకడానికి energy కావాలి. ఈ energy మనకు సూర్యుని నుండి అందుతుంది.

ముందు ఒక చిన్న example చెబితే మీకు క్షుణ్ణంగా అర్థం అవుతుంది.

మీరు జబ్బు పడినప్పుడో or బాగా అలసిపోతేనో, నీరసపడతారు కదా! అప్పుడు rest గా పడుకోవడమో or కాసేపు కూర్చోవడమో చేస్తాము. కాసేపు స్థిమితంగా ఏ పనీ చేయకుండా ఉంటే మరలా కొంత శక్తిని పుంజుకుంటాము.

ధ్యానం కూడా అంతే. మీరు కదలకుండా కూర్చోవడం వలన energy ని gain చేస్తారు. అప్పటికే మీరు అరిషడ్వర్గాలను జయించిన వారయితే, ఈ శక్తి

కంటికి కూడా కనిపిస్తుంది. కళ్ళు మూసుకుని కూర్చున్నప్పుడు ఈ energy కంటికి ఎలా కనిపిస్తుంది అంటే...

మీరు కళ్ళు మూసుకుని సూర్యుని దిశగా తల ఎత్తి నప్పుడు మీకు red, orange or yellow colors కనిపించాలి. ఒకసారి try చేసి చూడండి. మరి కళ్ళు మూసుకుని ఈ రంగులు ఎలా చూస్తున్నారో ఎప్పుడయినా ఆలోచించారా?

మరి కళ్ళు తెరిచి చూసినప్పుడు ఈ రంగులు ఎందుకు కనిపించడం లేదు? అంటే కళ్ళు తెరిచి ఉన్నప్పుడు చూసేది నీ శరీరం. కళ్ళు మూసుకుని ఉన్నప్పుడు చూసేది నీ జీవుడు. ఈ తేడా మీకు అర్థం అయితే చాలు. మీ శరీరం ధ్యానానికి సిద్ధమయినట్లే.

సరే, ముందుగా ప్రకృతి, శరీరం, జీవుడు & ఆత్మల గురించి తెలిస్తే ఇంకా easy గా అర్థం చేసుకోవచ్చు ఈ process.

ప్రకృతి – శరీరం ప్రకృతిలోని 5 elements తో ఏర్పడింది కదా! ఈ ప్రకృతి (శక్తిఅమ్మ) మనలోని ప్రకృతిని గుర్తించాలి అంటే, ముందుగా అరిషడ్వర్గాలను జయించి, మనసు నిర్మలంగా ఉంటే విశ్వంలోని ప్రకృతి మనలోని స్వచ్చమయిన ప్రకృతిని గుర్తిస్తుంది.

శరీరం – ఇది పుట్టినప్పుడు చిన్నదిగా ఉండి, కాలం గడిచే కొద్దీ పెరుగుతూ వస్తుంది. శరీరంతోనే పెరుగుతూ వస్తున్న మెదడు శరీర పోషణకు ఏమి కావాలో సూచనలిచ్చి శరీరాన్ని పోషించడానికి సాయపడుతుంది. ఇది బాహ్యంగా అందరికీ కనిపించే శరీరం.

జీవుడు – ఈ జీవుడే నువ్వు. శరీరం ఉన్నా లేకున్నా ఈ జీవుడు శాశ్వతంగా ఉంటాడు (unless పరమాత్మలో ఐక్యం అయితే తప్ప). ఈ జీవుడు ఏదన్నా కార్యసాధన చేయాలని తల పెట్టినా or నీ కర్మలను శూన్యం చేసుకోకుండా జన్మ చాలించినా, మరలా వాటిన్ని శూన్యం చేసుకోవడానికి దానికి అనువయిన ఒక కుటుంబాన్ని ఎంచుకుని జన్మ తీసుకుంటావు. ఆయుషు తీరి చనిపోతే

తప్ప, ఒకవేళ suicide చేసుకుని చనిపోతే శరీరం నశిస్తుంది గాని, నీలోని జీవుడు తన కార్యం నెరవేరడానికి ఇచ్చిన సమయం ముగిసేంత వరకూ ఈ భూమిపై ఉండవలసిందే.

ఆత్మ – ఈ ఆత్మ శరీరంలో గుప్తంగా ఉండి, మనం చేసే ప్రతీ కర్మనూ (పనినీ) record చేస్తుంది. ఈ జీవుడు & ఆత్మ కలిసి జీవాత్మగా శరీరంలో ప్రధానంగా 7 బంధనాలతో బందీలయి ఉంటారు. అంటే శరీరం లోని ప్రకృతితో ఈ జీవాత్మ బంధించబడి ఉంటుంది. దీనినే మనం ప్రాణం అని కూడా అంటాము. నా మొదటి పుస్తకంలో దీని గురించి ఇంకా clarity గా రాశాను కాబట్టి, ఇక్కడ ఎక్కువ చెప్పనులే.

మీరు శరీరంతో పుట్టిన దగ్గరి నుండీ ఈ రోజు వరకూ ఏమి జరిగిందో మీకు తెలుసు. ఎందుకంటే ఇది మీ జీవితం కాబట్టి.

మీ మనసులో ఏ చెడు ఆలోచనా లేకుండా స్వచ్ఛంగా ఉంటే విశ్వం అంతా నిండివున్న ప్రకృతి మీ శరీరం లోని ప్రకృతిని గుర్తిస్తుంది. అలా గుర్తించిన నాడు ప్రకృతి మాత అయిన శక్తిఅమ్మ మన దగ్గరకు వస్తుంది. అమ్మ తన అపారమైన శక్తిని మనకు అందించి, తన ప్రకృతితో బంధించబడిన జీవాత్మ బంధనాలను విప్పేస్తుంది. అలా స్వేచ్చ దొరికిన జీవాత్మ (జీవుడు & ఆత్మ) ల ప్రయాణం ఎలా ఉంటుందో already చెప్పినా, మామూలు మాటల్లో మరొకసారి చెబుతా!

ప్రతీ మనిషి ముఖ్యంగా శోధించి సాధించాల్సినవి మూడు:

1. నా ప్రపంచం

2. నా బాహ్య ప్రపంచం (ఊర్ధ్వ లోకాలు)

3. నా అంతః ప్రపంచం (అధో లోకాలు)

నా ప్రపంచం అంటే శరీర ప్రయాణం. దీని గురించి తెలియాలి అంటే, ఏమి

చేయాలి?

ఇది వినడానికి చాలా సులువుగా ఉంటుంది. కానీ అసలు తెలియనిది ఎవరి గురించి వారికే. అంతా నీకు తెలిసినట్టే ఉంటుంది. ఈ భ్రమతో ఏ మనిషి తన గురించి తాను తెలుసుకోవడానికి ప్రయత్నించడు. ఇతరుల విషయాలు తెలుసుకోవడంలో చూపించే శ్రద్ధ తప్పించి తన గురించి తాను తెలుసుకోవడంలో ఎవ్వరూ సమయం వెచ్చించరు. మొట్టమొదటిగా ఈ ఒక్క విషయంలో మార్పు వచ్చిందంటే ఒక్కొక్కటిగా అన్ని చిక్కుముడులూ విడిపోతాయి. నీ గురించి నువ్వు ఎలా తెలుసుకోవాలో ఇంతకు ముందే clar-ity గా చెప్పాను కాబట్టి, మరలా ఆ ప్రస్తావన తేనులే.

నీలో మార్పు వచ్చిందో లేదో తెలియాలి అంటే ఒక్కటే మార్గం నిన్ను నువ్వు గమనించుకోవడానికి. ఇతరులు అడగకుండా నువ్వు సలహాలు ఇస్తున్నావు అంటే నీలో ఏ పరిపక్వతా లేనట్లే & నీ గురించి నీకు ఏమీ తెలియనట్లే. కేవలం మాయప్రపంచంలో బ్రతికేస్తున్న వారి సొంతమే ఈ ప్రవర్తన.

అబద్దాలు అర్థం అయినంత ఈజీగా నిజాలు అర్థం కావు అందరికీ. చేసిన తప్పును నిజాయితీగా ఒప్పుకోవాలంటే ధైర్యం కావాలి. నిజం అర్థం అవ్వాలంటే జ్ఞానం కావాలి. అర్థం అయ్యింది అని ఒప్పుకోవాలంటే దానికి నిజాయితీ ఉండాలి. ఈ qualities చాలా కొద్ది మందిలోనే ఉంటాయి. ఎదుటివాళ్ళు ఏమనుకుంటారో అని కాకుండా నిర్భయంగా ఈ మూడూ నువ్వు అవలంభించగలిగితే నీలో అసలైన మార్పు వచ్చినట్లు లెక్క. ఆ రోజు ప్రారంభించు ఈ ధ్యానం.

ఏ పని అయినా or మార్పు అయినా నీకుగా నువ్వు మనస్ఫూర్తిగా మారాలి అనుకుంటే తప్ప సాధ్యపడదు. నిన్ను నువ్వు తప్పించి ఎవ్వరూ మార్చలేరు. ఒక్క సారి నిన్ను నువ్వు అర్థం చేసుకున్నావంటే, ఇక నువ్వు సాధించ లేనిదంటూ ఉండదు. నీ గురించి నీకు పూర్తి అవగాహన ఉంటే చాలు, ఈ

విశ్వాన్ని గెలిచినట్లే!

నా చిన్నతనం నుండే నాకు diary రాసుకోవడం అలవాటు. అందుకేనేమో నన్ను నేను, క్షుణ్ణంగా తెలుసుకునే అవకాశం త్వరగా వచ్చింది. బయటి వ్యక్తుల స్నేహాన్ని మనం choose చేసుకోవచ్చు. కానీ రక్త సంబంధీకులని మనం పుట్టక ముందే choose చేసుకుని వస్తాము అని నాకు ధ్యానంలోనే తెలిసింది. ఏ విధంగా చూసినా, నా అన్ని choice లూ correct యే! I have no regrets in my life with my choices. Moreover what ever happens, happens for a good reason. ఈ రోజున నేను ఈ జన్మను సార్థకం చేసుకోగలిగాను అంటే కేవలం నా కుటుంబసభ్యులే. I'm so thankful to them.

ఇక పోతే బాహ్య ప్రపంచం! అంటే బాహ్య & ఉపరి లోకాల ప్రయాణం. ఊర్ధ్వ లోకాలను దర్శిస్తూ వాటిని తెలుసుకోవడమే కాకుండా, ఈ జన్మకు ముందుగా తీసుకున్న ప్రతీ ఒక్క జన్మా తెలుసుకోవాలి. ఇది శరీరంలో in & out జరిగే ప్రయాణం.

నేనేమంటున్నానంటే విశ్వం అంతా మనలోనే ఉంది & మనం విశ్వంలోనూ ఉన్నాము. ఇది ఒక infinity shape లో simultaneous గా మన శరీరంలోనూ & విశ్వంలోనూ ఈ ప్రయాణం సాగుతూ ఉంటుంది. జీవుడి కర్తవ్యం ఈ infinity నుండి బయటపడటమే. అది ఎలాగో ఇప్పుడు చెబుతా.

Irrelevant of who you are, శరీరంతో ఒక జన్మ తీసుకున్నావు అంటేనే కొన్ని మలినాలతో పుడతాము. ఆ మలినాలను ముందుగా వదిలించుకోవాలి. అది అనుకున్నంత సులువు కాదు. ముఖ్యంగా నీకు మానవజన్మ వచ్చింది అంటే దానికి కారణం కేవలం నిన్ను నువ్వు తెలుసుకోవడం + నీ జన్మకు కారకులయిన ఆ తల్లిదండ్రులను చేరుకోవడం కోసమే. ఇదే నీకు నువ్వుగా వెతుక్కునే మోక్షమార్గం. ఇది ఎంత గొప్పదంటే బ్రహ్మ రాసిన రాతను కూడా మార్చుకోగలిగే శక్తి నీకు ఉంటుంది, నువ్వు ఈ స్థితికి చేరుకుంటే.

ఇది కష్టం అనుకుంటే భక్తి మార్గం. రెండూ కష్టతరమయినవే. రెండింటికీ అపారమయిన సాధన కావాలి. ఎన్నో పరీక్షల్లో నెగ్గాలి. ముందుగా అరిషడ్వర్గలను జయించి న్యాయం, ధర్మం పాటిస్తే వీటిలో ఏ మార్గం ఎంచుకున్నా మోక్షాన్ని పొందగలుగుతావు. కాకపోతే ధ్యానమార్గంలో స్వచ్చమైన జ్ఞానంతోపాటు నీ రాతను నువ్వు మార్చుకోగలవు.

నువ్వు మానవునిగా పుట్టుక తీసుకున్నావు అంటేనే ఇది నీ మొదటి జన్మ కాదని. ముఖ్యంగా ఈ ధ్యాన ప్రయాణం కేవలం ఈ మానవ శరీరంతోనే చేయగలం. మానవ శరీరం ఈ ప్రయాణానికి perfect గా design చేయబడినది. మీకు ఈ మానవజన్మ వచ్చిందీ అంటేనే కర్మలను శూన్యం చేసుకునే అవకాశం వచ్చినట్లు. ఎలా కర్మలను శూన్యం చేసుకోవాలో, అలా చేసుకోవడానికి ఏమి చేయాలో, అలా చేయడానికి సులువుగా ఉండే కుటుంబం & surroundings ని కేవలం నువ్వు మాత్రమే ఎంచుకుని పుడతావు.

ఇది అంతా plan చేసేది నీ జీవాత్మ. దీనిని ఇంకా clarity గా అర్థం చేసుకోవాలంటే ఇంకొంచెం elaborate చెయ్యాలి. అంటే ముందుగా మీకు ఆత్మ, జీవాత్మ & పరమాత్మ గురించి తెలియాలి. ఆత్మ అంటే ఏమిటంటే పుట్టే ప్రతీ ఒక్క జీవికి ఒక శరీరం, ఆత్మ & జీవుడు ఉంటాయి. ఆత్మ మనకు ఆది నుండీ ఉంటుంది. దీనికి జనన మరణాలు ఉండవు. ఇది శాశ్వతం. ఎందుకంటే ఇది ఆది నుండీ ఉన్న పరమాత్మ నుండి సంక్రమిస్తుంది కాబట్టి దీనికి చావు అనేది ఉండదు. జీవుడు కూడా అంతే. జీవునికి కూడా చావు ఉండదు.

రెండూ కలిసి శరీరాన్ని వదిలేయడమే మనం చనిపోవడం అంటాము. జీవాత్మ పరమాత్మలో ఐక్యం అవ్వడమే మనం మోక్షం అంటాము.

ప్రతీ జీవికీ తన కార్యం పూర్తి చేసుకోవడానికి సరిపడ కాలం ముందుగా నిర్ణయించబడి, దానికి తగినట్లుగా శరీరాని పొంది జన్మ తీసుకుంటాము.

 సదృశ్య

ఇచ్చిన కాలంతీరి మనిషి చనిపోయాక, అంటే మనలోని ప్రకృతి (5 elements లో ఏ ఒక్క element అయినా) ముందుగా శరీరాన్ని వదిలేస్తే, శరీర ప్రాణం పోయింది అంటాము.

శరీరంలోని జీవాత్మకూ ప్రకృతికీ ఉన్న locks విడిపోవడంతో ఈ జీవాత్మ కూడా శరీరం నుండి బయటకు వస్తుంది. జీవుడు ఏ లోకానికి వెళ్ళాలో ఆ యా లోకానికి సంబంధించిన వాళ్ళు వచ్చి తీసుకు వెళ్ళగా, అప్పటివరకూ శరీరంలో గుప్తంగా ఉండి నువ్వు చేస్తున్నదంతా గమనిస్తూ అన్నింటినీ record చేస్తున్న ఆత్మ నీ కర్మ ఫలాన్ని నీ చేతే చెప్పించి పక్కకి తప్పుకుంటుంది.

శరీరంతో నువ్వు చేసిన కర్మలు ప్రతీ ఒక్కటీ లెక్కకట్టి దాని ఫలితాన్ని ఆ జీవుడు ఆ జన్మకు ఏ శరీరాన్ని అయితే పొందాడో ఆ శరీర ఆకారంలోనే (without a physical body) కర్మను అనుభవించాలి. Either positive or negative. ఇది కేవలం ఫలితం మాత్రమే. దీనివలన కర్మ శూన్యం అవ్వదు.

శరీరం లేని జీవుడు ముందుగా ఆ కర్మ ఫలాన్ని అనుభవించి దానిని మరలా శరీరంతో శుద్ది చేయడానికి మరొక శరీరం తీసుకుని జన్మించాలి. ఈ కొత్త శరీరం ఏ రూపంలోనయినా రావొచ్చు.

నిజం చెప్పాలంటే కర్మ శేషం ఉన్నా లేకపోయినా ముందుగా ప్రతీ ఒక్క జీవి యమలోకం నుండే వెళ్ళి తీరాలి. ఇది ఒక్కటే మార్గం. Unless మీ దైవం మీకు special వాహనం పంపితే తప్ప.

నువ్వు ఎన్ని జన్మలు తీసుకున్నా ఈ జీవాత్మ కొత్త శరీరాన్ని పొందుతుంది కానీ, దీనిలో మార్పు ఉండదు. ప్రతీ జన్మలో పొందే అనుభవాలు, అలవాట్లు, కర్మలు & ధ్యానం వలన పొందే జ్ఞానం (నిజమైన ఆస్తి) జీవిని అంటి పెట్టుకుని ఉంటాయి. మనం ఈ జన్మలో ఏమి చేయాలో, ఏమి చేస్తే మోక్షం పొందవచ్చో దీనికి బాగా తెలుసు. ప్రతీ జన్మలో జీవి కర్మలను పెంచుకోగలడు or

తగ్గించుకోగలడు. కానీ ధ్యానం వలన సంపాదించిన జ్ఞానం ఎన్ని జన్మలు తీసుకున్నా జీవిని అంటిపెట్టుకునే ఉంటుంది. ఇది తరగని ఆస్తి.

నీకు మానవ జన్మ వచ్చిందీ అంటే, దానికి తగిన అర్హత నీ జీవుడు పొందాడు అని అర్థం. ఈ జన్మను సార్థకం చేసుకుని మోక్షం పొందడానికి ఒక అవకాశం వచ్చినట్లు. ఈ జన్మలో చేసుకున్న కర్మల వలన మరోక జన్మ మానవజన్మగా రావచ్చు, రాకపోవచ్చు & అసలు పుట్టకే లేకపోవచ్చు. పుట్టక లేకపోవడం అంటే మోక్షం పొందడం.

సరే దీనిలో మార్పు ఎలా తేగలం అంటే, ఇది ప్రకృతి గుణాలతో ఏర్పడింది కాబట్టి, ముందుగా న్యాయం ధర్మం పాటించి, అరిషడ్వర్గాలను జయించగలిగితే, ప్రకృతి నిన్ను గుర్తిస్తుంది. నీ మనసు స్వచ్ఛంగా ఉంటే నీ మనసులో ఏ ఆలోచన వచ్చినా ఇట్టే నెరవేరుతుంది. నీకు ఏది అవసరమో నువ్వు దాని గురించి ఆలోచించే ముందే ప్రకృతి పసిగట్టి ఆ పని జరిగేలా చూస్తుంది. దీనిని చాలా సులువుగా గుర్తించవచ్చు. Trust me, you won't miss it.

ఈ స్థితికి నువ్వు చేరుకోగలిగితే చాలు. ఒక్కసారి ప్రకృతి నిన్ను గుర్తించింది అంటే ప్రకృతి మాత నీ దగ్గరకు వస్తుంది. నేను ఈ అమ్మనే శక్తి అమ్మ అని పిలుచుకునే దానిని. తన అపారమైన శక్తితో ఈ జీవాత్మకు, శరీరానికి ఉన్న బంధాలను (locks) ను అమ్మ తొలగిస్తుంది. ఒక్క సారి ఈ లింకులు తొలగిపోతే నీ జీవాత్మకు స్వేచ్ఛ దొరికినట్లే. అయితే ఈ లింకులు ఒక క్రమ పద్ధతిలో మాత్రమే open చెయ్యబడాలి. నా మొదటి book చదివితే మీకు ఈ process అర్థం అవుతుంది. దీనినే కుండలినీ awakening అంటాగు

ఈ links విడిపోయిన మరుక్షణం నాలోని పంచభూతాలు బయటి పంచభూతాలతో అనుసంధానమయ్యి నాలోని ఆత్మ, జీవుడు కలిసి ఉన్న జీవాత్మకు స్వేచ్ఛ దొరికింది. అంటే ఈ స్థితి ఎలా ఉంటుంది అంటే ఆయుష్షు తీరకుండా చనిపోయిన వారి (ప్రేతాత్మలు శరీరం లేకుండా ఎలా ఈ భూమి

మీద బ్రతుకుతారో అలా అనమాట. అందుకే నేను వాళ్ళని, వాళ్ళు నన్ను చూడగలిగే వాళ్ళం. ఒకరి స్పర్శ ఒకరం తెలుసుకోగలిగే వాళ్ళం. కాకపోతే నాకు శరీరం ఉండేది, వాళ్లకు శరీరం లేదు. అలా అని ఇద్దరం సమానం కాదు. వారిలో ఉన్న ఆత్మ active గా ఉండదు. వాళ్ళు నాలా energy ని gain చెయ్యలేరు మరియూ ఈ భూమిని వదిలి ఎక్కడికీ వెళ్ళలేరు.

చిన్న example చెబుతా. ఒక రోజు రాత్రి నలుగురు మనుషుల ఆత్మలను చూసి మీకు సహాయం చేస్తాను, మీతో స్నేహం చేస్తాను అని చెప్పి వాళ్ళకు handshake కూడా ఇచ్చాను. వాళ్ళు నన్ను, నేను వాళ్ళను feel అవ్వడం చూసి ఆశ్చర్యపోయాను. నాకు తెలుసు, నన్ను నేను ఆత్మగా గుర్తించాక నేను ఇతరులను చూడడమే కాదు, వాళ్ళ స్పర్శను కూడా ఫీల్ అవుతున్నాను. వారి నుండి కూడా నన్ను నేను కాపాడుకునే శక్తిని తల్లిదండ్రులు నాకు ప్రసాదించారు. అలా చాలా ఆత్మల నుండి నన్ను నేను కాపాడుకుంటూనే ఉన్నా. అనుభవపూర్వకంగా తెలుసుకున్నది ఏమిటంటే, శరీరం లేని ఈ జీవాత్మలు అంతటా ఉన్నాయి. కాకపోతే అవి నీ శరీర కంటికి కనిపించవు. Especially ఇవి empty గా ఉన్న కట్టడాలల్లో నివాసం ఏర్పరుచుకుంటాయి.

బ్రతికి ఉండగానే నాలోని జీవాత్మకు శరీరానికి ఉన్న locks విడిపోవడంతో నాలోని పంచభూతాలు, ప్రకృతిలోని పంచభూతాలతో మమేకం అయ్యి ప్రకృతి విస్తరించి నంత వరకూ నా జీవాత్మ సంచరించే అర్హత పొందింది. అలా నా మొట్టమొదటి జీవాత్మ పుట్టుకను చేరుకొని, ఒక్కొక్క జన్మనూ తెలుసుకుంటూ, జన్మలను దాటుకుంటూ ప్రస్తుత జన్మకు చేరుకున్నాను.

ఇక్కడ మీకో అనుమానం రావాలి. నాలోని 5 elements ప్రకృతిలోని 5 ele-ments తో కలిసిపోయి జీవాత్మ బయటకు వస్తే ప్రాణం పోయి చనిపోవాలి కదా! అని. నిజమే!!

ఇక్కడ మీకో నిజం చెప్పి clarity ఇవ్వాలి. శరీరంలోని 7 చక్రాలూ ఒక్కసారిగా open అయితే ఖచ్చితంగా ప్రాణం పోతుంది. నిజానికి నాకు chakras open

అయిన రోజున నా పెద్దక్క కూడా నాతోపాటు Minneapolis లో ఉండి phone ద్వారా ధ్యానం చేస్తున్నాము ఇద్దరం కలిసి. శక్తిఅమ్మ నా పక్కనే కూర్చుని నాకు సాయంచేస్తూ ఉంది chakras opening process లో. నాకు 5 chakras open అయ్యి, ఆరో చక్ర process లో ఉండగా, అక్క.. నా ధ్యానం అయిపోయింది. నీదీ అయిపోయిందా అని అడగడంతో అప్పటిదాకా full concentration తో కూర్చున్న నేను ఒక్క సారిగా ఉలిక్కిపడి కళ్ళు తెరిచాను. Dinner prepare చేయడానికి time అవుతూ ఉండడంతో సరే నేనూ లేస్తాలే అని చెప్పి phone పెట్టేసి మేడ దిగి క్రిందికి వచ్చేశాను.

క్రిందికి వచ్చాను అనే గానీ నా శరీరంలో tremendous energy ప్రవహిస్తూ ఉంది. అప్పుడే work నుండి వచ్చిన Kevin కు చెప్పా. నాలో too much energy flow అవుతుంది. I don't know how to control this. మరలా meditation లో కూర్చుంటే better అనిపిస్తుంది. Can you please take care of your dinner, so I can go up & do meditation అని అడిగా. Kevin సరే అనడంతో మరలా మేడ పైకి వెళ్ళి ధ్యానంలో కూర్చున్నా.

ఆ కొద్ది gap అసలు నాకు ఎందుకు వచ్చిందా అని ఒక ప్రశ్న నాలో ఉండేది అప్పట్లో. అమ్మ కావాలనుకుంటే ఈ gap రాకుండా చూసుకునేది. కానీ వచ్చిందీ అంటే దానికి బలమయిన కారణం ఉండి ఉండాలి. అది future లో తెలుస్తుందిలే అనుకునే దానిని. కానీ నేను వచ్చిన కార్యం నెరవేరాలి అంటే నాకు ఆ gap రాక తప్పదు అని త్వరగానే అర్థం అయ్యింది. మీకు details లోకి వెళ్ళకుండా simple గా చెప్పాలి అంటే, నేను మీకు సరిఅయిన జ్ఞానం అందించాలి అన్నా, నేను ధ్యానం ప్రారంభించడానికి కారణమయిన కోరిక నెరవేరాలన్నా, నా జీవని కర్తవ్యం పూర్తి చేసుకోవాలన్నా అప్పుడే నాకు సహస్రార చక్రా open అవ్వకూడదు.

అందుకే ఆజ్ఞా చక్రా దగ్గర break వచ్చి జ్ఞానాన్వేషణకు బయలుదేరాను.

సరే ఈ బంధనాలు విడివడినా నాకు ప్రాణం ఎందుకు పోలేదు అంటే, విశ్వంలోని స్వచ్చమయిన ప్రకృతిలోని ఒక్కొక్క element నన్ను సంపూర్తిగా నింపేసి నా శరీరం లోపలి భాగాలన్నింటినీ పూర్తిగా cleansing చేసి నా శరీరాన్ని పూర్తిగా ఆక్రమించాయి. అప్పుడు నాకుగానీ శక్తిఅమ్మకు గానీ ఏ విధమయిన వ్యత్యాసమూ లేదు. అంటే నాలోని ప్రకృతికి గానీ, బయటి ప్రకృతికి గానీ ఏ వ్యత్యాసము లేదు.

అలా ప్రకృతితో విలీనం అవ్వడంతో ఒక్కసారిగా spread out అయ్యాను. అంతే ఈ elements ఎంత దూరం spread అయి ఉన్నాయో నేనూ అంతదూరం ప్రయాణించగలను. ప్రకృతిలో వచ్చే మార్పులను కూడా ముందుగా గ్రహించగలను. అదే విధంగా నాలోని ఆలోచనకు ప్రకృతి కూడా స్పందిస్తుంది.

అలా ప్రకృతితో కలిసి spread out అవ్వడంతో నా మొట్టమొదటి జన్మను చేరుకొని, ఆ జన్మలో నేను తీసుకున్న శరీరం లోని ప్రకృతి బయటి ప్రకృతితో విలీనం అయ్యే క్షణాలను అనుభూతి చెందుతూ, దాని తరువాతి జన్మకు చేరి మరలా ఆ జన్మలోని నా శరీరం లోని ప్రకృతి బయటకు వచ్చి బయటి ప్రకృతితో విలీనం అయ్యే క్షణాలను అనుభవిస్తూ, అలా ఒక్కొక్క జన్మనూ తెలుసుకుంటూ ఈ జన్మకు చేరుకొని, ఈ శరీరాన్ని కన్నతల్లి కడుపులో నేను తయారవుతున్న క్షణం నుండీ ప్రస్తుత క్షణం వరకూ ఏమయితే అనుభవించానో ఆ ప్రతీ ఒక్క అనుభవాన్ని మరలా అనుభవిస్తూ ప్రస్తుత కాలాన్ని చేరుకున్నాను.

ఇంకా story లో ముందుకు వెళ్లే ముందు, ఇంతకు ముందు చెప్పని విషయం ఒకటి ఇక్కడ మీకు చెప్పాలి. ఒకసారి మేఘాలు ఆహ్వానించి పైపైకి తీసుకుపోయాయి నన్ను అన్నా కదా! ఆ రోజే నేను బ్రహ్మలోకానికి వెళ్ళాను. ఇంకో రోజు భూమి నుండి ఇద్దరు రాక్షసుల్లా లేచి నన్ను భయపెట్టడానికి ప్రయత్నించారు అని రాశాను కదా! అప్పుడు విష్ణులోకం వెళ్ళాను. కాకపోతే ఈ నా జన్మలో వారి గురించి, వారితో జరిగిన సంభాషణ గురించి చెప్పడానికి నాకు అనుమతి లేదు. వీరితో జరిగిన సంభాషణే కాదు. నేను ఎవరితో

సంభాషించినా అది మీకు చెప్పకూడదు, unless ఆ సంభాషణ ఈ శరీర జన్మకు సంబంధించినదైతే తప్ప. ఏ జన్మ దేనికోసం తీసుకుంటానో కేవలం ఆ పని మాత్రమే చేయాలి. చెప్పాగా ఇంతకుముందు, పోయిన జన్మలో రామభక్తిని పొందాను అని. అప్పుడు నా ప్రపంచం రాముడు తప్ప వేరొకరు లేరు.

ఈ జన్మకు నా కార్యం కేవలం ఈ ప్రయాణం గురించి మీకు తెలియజేయడం, రాబోయే ముప్పు గురించి చెప్పడం మాత్రమే. ఈ ప్రయాణం క్షుణ్ణంగా చెప్పాలి అంటే కేవలం శివతత్వమే మార్గం.

సరే let's go back to the story!

ఈ శరీరంలోని పంచభూతాలు విడివడకుండానే ఈ జీవాత్మ కూడా శరీరం నుండి బయటకు రాగలిగే అవకాశం ఉంది. అంటే ఈ శరీరం చనిపోకుండానే దీని నుండి ఆత్మ బయటకు వచ్చే అవకాశం ఉంది. అంటే ఆత్మనూ జీవుడిని కూడా విడదీయవచ్చు. అది ఎలానో, ఆ process ఏంటో ఇప్పుడు చెబుతా.

ఈ సమయంలో ఇంకా ప్రాణాలతో ఉన్న నా శరీరం అన్నీ గమనిస్తున్నా, ఇక్కడ ప్రయాణించేది నాలోని ప్రకృతే. నాలోని జీవుడూ & ఆత్మ రెండూ ఇంకా బయటకు రాలేదు & విడివడలేదు. ఆత్మ చాలా శక్తితో కూడి ఉంటుంది. ఒక్క మాటలో చెప్పాలంటే ఆత్మ శరీరానికి battery వంటిది. జీవాత్మ బయటకు రావాలి అంటే శరీరం ప్రకృతితో in & out cleansing జరిగి పునీత మవ్వాలి. అలా జరిగితే శరీరము నుండి జీవాత్మ బయటకు వచ్చినా నా శరీర ప్రాణం పోదు.

ఈ జీవాత్మ ఎందుకు బయటకు రావాలి అంటే, వాటి వాటి ఉనికిని అవి గుర్తించి వాటి ప్రయాణం అవి పూర్తి చేయడానికి. జీవాత్మ బయటకు వచ్చి ఆత్మ & జీవుడు విడివడినా నా ప్రాణం పోకుండా ఉండటం కోసం ప్రకృతితో నా శరీరం బయట & లోపల పూర్తిగా పవిత్రమై అవి నన్ను పూర్తిగా నింపేయాలి. ప్రకృతిలోని అమృతంతో నేను పూర్తిగా తడిస్తే తప్ప అవి బయటకు వచ్చినా నా శరీరం పాడవకుండా, నశించకుండా ఉండగలదు.

అంటే ఆత్మ నా జీవాత్మ నుండి వేరుపడినా ప్రకృతి (పంచభూతాలు) నన్ను అంటిపెట్టుకుని ఉండడం కోసం. ఒకే సమయంలో ఈ process అంతా జరుగుతూ ఉంటుంది. ఇది నా మొదటి book లో జరిగింది జరిగినట్లు ఏ రోజుకారోజే రాశాను. అది చదివితే మీకు correct step by step తెలుస్తుంది.

అప్పట్లో నాకు అసలు ధ్యానం అంటే కూడా ఏమిటో తెలియక కేవలం శరీరంలో వస్తున్న మార్పులు + నేను ఏమి చూస్తున్నాను + ఏమి చేస్తున్నాను అన్నవే రాశాను. అప్పుడు తెలియక అంత వరకే రాసినా నిజానికి నేను రాసిందే correct. ఎందుకంటే ఈ ప్రయాణం నాలోని నలుగురి ప్రయాణం. ఒక్కొక్కటి ఎలా ప్రయాణించింది, ప్రయాణిస్తూ ఏమి తెలుసుకున్నది అన్నది ముఖ్యం. అందుకే మీకు నేను రాసిందే మరలా మరలా రాసినట్లుగా అనిపిస్తుంది. కానీ అది ఒక్కొక్కదాని ప్రయాణం. అవి ప్రయాణిస్తూ వాటిగురించి అవి తెలుసుకుంటూ వాటన్నింటి గమ్యం ఒక్కటే అయినా పరమాత్మని అవి ఒక్కొక్కటిగా ప్రయాణించి చేరుకోవాలి.

వీటన్నింటి process simultaneous గా జరుగుతూ ఉండడంతో మీకు నేను చెప్పిందే మరలా చెబుతున్నట్లు అనిపిస్తుంది. కానీ నిజానికి ఒక్కొక్కటి ఏమి తెలుసుకున్నది అన్నది మాత్రమే రాస్తున్నాను. ఒక్క ఆత్మ ప్రయాణమే అన్నింటిలోనూ కలిపి రాశాను. ఎందుకంటే అది నాది కాదు. కానీ అది నా శరీరాన్ని + జీవుడిని అంటిపెట్టుకునే ఉండడంతో అందరిదీ ఒకే దారి, పరమాత్మను చేరుకోవడానికి.

ఈ cleansing process పూర్తి అయ్యి శరీరం మొత్తం అమృతంతో తడిసి in & out బుల్లి బుల్లి చక్రాలు open అయ్యి శరీరాన్ని పవిత్రం చేస్తాయి. ఇప్పుడు జీవాత్మ బయటకు వచ్చినా శరీరం నశించదు. అలా ప్రకృతి సహకరించగా జీవాత్మ తన ప్రయాణం మొదలెడుతుంది. ఈ స్థితిలో దీనికి నా శరీరం నుండి ఇంకా స్వేచ్ఛ లభించలేదు. నన్ను శాశ్వతంగా వదిలి అది బయటకు పోలేదు. ఎందుకంటే నేను ఇంకా బ్రతికే ఉన్నాను కాబట్టి.

అసలు ఈ మానవ శరీరం ఎలా నిర్మితమయింది అంటే?

Left side - - - - - - - - - - - - - -- Right side

ప్రకృతి - - - - - - - - - - - - - పురుషుడు

తల్లి - - - - - - - - - - - - -- - తండ్రి

ఇడ - - - - - - - - - - - - - - పింగళ

చంద్రుడు - - - - - - - - - - - -- సూర్యుడు

రాత్రి - - - - - - - - - - - - - -పగలు

నలుపు - - - - - - - - - - - - - తెలుపు

ఎడమ- - - - - - - - - - - - - - కుడి

బాహ్య ప్రపంచం - - - - - - - - - అంతః ప్రపంచం

జీవుడు - - - - - - - - - - - - - ఆత్మ

ఈ రెండూ మన శరీరంలో సరి అయిన పాళ్ళలో balance అయితే సుషుమ్న activate అవుతుంది. అదే పరమాత్మ. దీనినే ఆది గురువు అని కూడా అనవచ్చు. దీనిని చేరుకోవడమే మోక్షం అంటే. పై రెండింటి (కలయికే) మధ్యలో సుషుమ్న ఉంటుంది. ఇది నాగబంధనాలతో బంధింపబడి ఉంటుంది. దీనిని చేదిస్తే పరమాత్మను చేరుకునే మార్గం open అవుతుంది. కాని దీని ద్వారం open అవ్వాలంటే పైన చెప్పినదంతా సక్రమంగా ఒక క్రమ పద్ధతిలో జరగాలి. అంటే తల్లితండ్రులుకు నచ్చేట్లుగా మెచ్చేట్లుగా మన ప్రయాణం ఉంటే వారి అనుమతి మనకు సంపూర్తిగా ఉండి, వారు పెట్టే పరీక్షల్లో pass అయితేనే ఈ ద్వారం open అవుతుంది.

                                            సదృశ్య

ఇది అంతా కూడా కుండలినీలో భాగమే. ఈ కుండలినీ process శరీరం లోపలే జరిగినా, అది కేవలం నాకు సంబంధించినదే అయినా నాలోని ప్రకృతి విశ్వంలోని ప్రకృతితో మమేకం అయ్యి విశ్వం విస్తరించి ఉన్నంత వరకూ నేనూ ప్రయాణించగలను + విశ్వంలో ఏమి జరుగుతుందో, జరిగిందో & జరగబోతుందో కూడా స్పష్టంగా చూసి చెప్పగలిగే శక్తి నాకు వచ్చింది. కానీ ఇది నాకు important అనిపించలేదు. నా ధ్యేయం వేరు, నేను వచ్చిన కార్యం వేరు. ఎవరైనా ఎంత దూరంలో ఉన్నా నా గురించి ఆలోచించినా, మాట్లాడినా నాకు తెలిసిపోయేది. క్రమక్రమంగా ఏమి జరిగిందంటే, ఈ విశ్వంలో ఎన్ని భాషలు ఉన్నా Universal Language ఒకటుంది. దానికి translations అక్కరలేదు. మనసులోని మాటలే ఎదుటి వారికి అర్థం అవుతుంది. అంతటి శక్తిని పొందిన నా శరీరానికి నా దగ్గరలో ఉండి ఎవరైనా తమ మనసులోని మాట బయటకు చెప్పకపోయినా అవి నాకు వినిపించేవి. అది ఇష్టపడక దీని నుండి మనసును మళ్లించడానికే చాలా కష్టపడ్డాను. దీనిని ఇంకొంచెం clear గా explain చేస్తా.

కుండలినీ శక్తి శరీరంలో పైకీ, కిందకీ ప్రవహిస్తూనే ఉంటుంది ఒక loop లో infinity or 8 shape లో. ఇది నేను ఒక్క sentence లో చెప్పినా దీనిలో చాలా ప్రయాణం దాగి ఉంది. అది ఏమిటంటే, నాలోకి enter అయిన energy నా క్రిందిదాకా వెళ్ళి బయటకు పోలేక మరలా ఎలా వెనక్కి తన్నిందో అచ్చు అలాగే, ప్రకృతి సాయంతో విశ్వం అంతా విస్తరించిన నా లోని ప్రకృతి కూడా నా మొదటి జన్మను చేరినా దాని నుండి ఇంకా వెనుకకు వెళ్ళి ఆదిని చేరలేదు. అక్కడి నుండి ఆదిని చేరడానికి మార్గం లేక ముందుకే, అంటే మొట్టమొదటి జన్మ నుండి ... ప్రస్తుత జన్మకి ప్రయాణిస్తుంది.

ఒక ప్రక్క అమ్మ నాకు వేదం, అష్టసిద్ధులు (వేదం ప్రామాణికంగా ముందుకు సాగుతూ, ప్రయాణానికి అనుగుణంగా అష్టసిద్ధులను మన జ్ఞానాన్ని బట్టి ఉపయోగించుకోవాలి) తెలియ చేస్తూ ఉండగా, ఇంకో పక్క ప్రకృతి సహకరించగా నా శరీరాన్ని వెంట్రుక వాసి కూడా వదలకుండా పంచభూతాలు, జ్ఞానేంద్రియాలు, కర్మేంద్రియాలు నా శరీరాన్ని బయట &

లోపల cleansing చేస్తూ, పంచ కోశాలను, నవ రంధ్రాలను, నవ ధాతువులను activate చేయడంలో busy గా ఉన్నాయి.

ఇంకో పక్క బ్రహ్మ, విష్ణు & ఇతర దేవతలను దర్శించుకుంటూ, అన్ని గ్రహాల నుండీ, లోకాలనుండీ ఆహ్వానం రాగా వారిని దర్శించుకుంటూ నా మొదటి జన్మ నుంచి అంటే, ఈ ఆత్మ తన ఆది నుండి విడివడి తీసుకున్న మొట్టమొదటి జన్మ నుండీ ఈ present జన్మ వరకూ తీసుకున్న ప్రతి ఒక్క శరీరం తుది శ్వాస వదిలే చివరి కొద్ది క్షణాలు అనుభవిస్తూ (అంటే మనలోని పంచభూతాలు ప్రకృతిలో కలిసిపోయి, శరీరం నుండి జీవాత్మ బయటకు వచ్చే క్షణాలు), ప్రతి ఒక్క జన్మనూ అనుభూతి చెందుతూ ఒక్కొక్క శరీరం నుండి బయటకు వస్తూ ముందుకు ప్రయాణించడం మొదలుపెట్టాను. అంటే past నుండి present కు. ఇది నాలోని ప్రకృతి ప్రయాణం.

ఒక్కొక్క లోకంలో ఎదురయిన తనివితీరని ప్రలోభాలకు లొంగకుండా ఉంటే ఇంకో లోకానికి వెళ్ళే అవకాశం ఉంటుంది. అలా కాకుండా ఏ కారణం వల్లనైనా వాటికి ఆశపడి వాటిని ఆస్వాదిస్తే మన ప్రయాణం అక్కడితో ఆగిపోతుంది గుర్తుంచుకోండి.

కుండలినీ శక్తి ఇప్పుడు సునాయాసం ప్రవహిస్తూ సుషుమ్నను activate చేసింది. ఈ లోపు పూర్తిగా cleansing అయిన శరీరంలోని సుషుమ్న లో ఒక బీజంను నాటాలి. ఏ బీజాక్షరంను నాటుతావు అన్నది నీ కర్మలను బట్టి ఉంటుంది. అప్పటికే అమ్మ చెప్పే వేదం వింటూ ప్రయాణిస్తున్న నేను ఓం నాటాను. ఈ ఓం బీజం సృష్టికి మూలం. ఇదే ఆది బీజం. మన శరీరానికి వెన్నెముక లాంటి సుషుమ్న ఎలానో, ఈ సృష్టికి పరమాత్మ అలా.

ఇక్కడ నా జీవాత్మ ప్రయాణంలో కూడా ఎన్నో పరీక్షలను ఎదుర్కొంటూ, వాటిని అధిగమిస్తూ ముందుకు సాగాను. ఆ సమయంలోనే నేను శివ పంచాక్షరీ మంత్రం గురువుద్వారా పొందాను. నాకు జపం ఎలా చెయ్యాలో

కూడా నేర్పించారు. జపతపాల శక్తితో పాటు పూజాఫలం కూడా పొందుతూ ఉండడంతో ఇంకా fast గా నా ప్రయాణం సాగింది.

పంచభూతాలలోని ఒక్కొక్క element నన్ను పూర్తిగా నింపేసి తమలో కలిపేసుకున్నాయి. అంటే ఇప్పుడు నాలోని జీవాత్మ నన్ను వదిలి పూర్తిగా బయటకు వచ్చినా నా ప్రాణం పోదు. ఇది ఎలా అంటే నేను ఇప్పుడు పరకాయ ప్రవేశం కూడా చేయగలను. ఎన్నాళ్ళు నా జీవాత్మ నా శరీరాన్ని వదిలినా ఈ శరీరం నశించదు.

ఇప్పటిదాకా అమ్మ నేర్పిన విద్యాబుద్ధులు (వేదం) సక్రమంగా పాటిస్తూ వస్తున్నాను. శక్తి అమ్మ సాయంతో శరీరానికీ, జీవాత్మకు ఉన్న links పూర్తిగా విడిపోవడంతో నాలోనుండి energy తో కూడిన విస్ఫోటనం జరిగి, ఈ విశ్వంలో ప్రకృతి విస్తరించినంతవరకూ నాలోని ప్రకృతితోపాటు జీవాత్మ కూడా విస్తరించి బయటి ప్రకృతితో పూర్తిగా మమేకమయిపోయింది. అంటే ఇప్పుడు నా జీవాత్మ విశ్వంలో ప్రయాణించడానికి ప్రకృతి సహాయం చేస్తుంది అనమాట. పూర్తిగా prepare చేసిన నన్ను శక్తిఅమ్మ తండ్రి చేతిలో పెట్టింది. అది పరీక్షా కాలం. అప్పటివరకూ నేర్చుకున్నది ఇప్పుడు practical గా prove చేసుకునే సమయం. అప్పటికి ఇంకా నాలో ఒకటి రెండు మలినాలు మిగిలిపోయాయి. ఇది ఆత్మతో కలిసి ఉన్న జీవుని ప్రయాణం.

నేను ప్రయాణించడానికి ప్రకృతి సాయం చేస్తుంది అన్నా కదా! వేరే planets నుండి, లోకాల నుండి ఆహ్వానం వచ్చినప్పుడు నా ఎదురుగా ఒక black tunnel open అయ్యేది. నేను దానిలోకి enter అవ్వడం ఆలస్యం, ఒక్క క్షణంలో నన్ను ఆయా లోకాలకూ గ్రహాలకూ తీసుకుపోయేది. వీటినే మనం blackholes అంటాము.

అంటే ఇప్పటి వరకు నాలోని జీవాత్మ ధరించిన శరీరాలను తెలుసుకుంటూ నా ఈ ప్రస్తుత శరీరం తల్లి గర్భం నుండి ఈ భూమి మీదకు పడ్డ క్షణం నుంచి

ప్రస్తుత రోజు వరకూ, ప్రతీ ఒక్క అనుభవాన్ని మరలా అనుభవిస్తూ, కర్మలను బేరీజు వేసుకుంటూ ప్రయాణం సాగింది. ఇప్పుడు నా బయటి ప్రపంచాన్ని తెలుసుకోవాలి. ఈ విశ్వంలో అసలు ఏమి జరిగింది అన్నది నాకు పూర్తిగా తెలియాలి.

Kevin నేనూ ఒకే ఆది నుండి వచ్చాము అని తెలుసుకున్న నేను Kevin ను చూసి సోదరభావంతో ఒక్క సారిగా వైరాగ్యం వచ్చి శరీర బంధాలను తెంచుకున్నాను. విశ్వవిజ్ఞానం నేర్చుకోవడం మొదలయ్యింది. సూర్యుడుని కూడా ఆరాధించడంతో కావలసినంత energy పుష్కలంగా అందుతూ, నాకు ప్రసన్నంగా కనపడటమే కాకుండా తన శక్తి రూపాన్ని కూడా చూపించారు. ఎంతో విజ్ఞానం అందించారు.

For example, ఈ రోజు మనకు పౌర్ణమి అనుకోండి. అంటే మీకు (ఈ భూమికి) పౌర్ణమి గడియలు ప్రారంభం అయ్యేది ఈ రోజు అయితే, నిజానికి ఈ గడియలు విశ్వం నుండి మనకు అందడానికి 3 days పడుతుంది. కానీ ఈ గడియలు నన్ను చేరడానికి ఒక్క క్షణం చాలు. అలా 2 or 3 days ముందే పండగో, పౌర్ణమి, ఆరుద్ర, అష్టమి, షష్టి, ఏకాదశి, చతుర్దశి, అమావాస్య, మాస శివరాత్రి, ధన త్రయోదశి ఇలా మీకంటే ముందుగా నన్ను చేరుతాయి ఈ energy ఘడియలు.

అపారమైన శక్తి, & స్వచ్ఛమైన పంచభూతాలు నా శరీరాన్ని పూర్తిగా నింపేయడంతో, నాలోని ఓంకార బీజం కూడా దానికి కావలసినవన్నీ పుష్కలంగా అందుతూ ఉండడంతో త్వరగా పెరిగి నా శిఖరం (శల) సైకి చేది సహస్రదళ పద్మం తెరుచుకోవడం మొదలయ్యింది. ఈ పూరేఖలు విచ్చుకోవడానికే మూడు రోజులు పట్టింది. ఎంత అందమైన పెద్ద పువ్వో.

ఇక్కడ ఇంకో విషయం clarity ఇవ్వాలి. ఈ సుషుమ్న నాగబంధనాలతో బంధించి ఉంటుంది శరీరంలో. ఇది ఒక గుప్త మార్గం. ఇది activate

అవ్వడం అంటే, ఆ నాగబంధనాల నుండి విముక్తి లభించినట్లు. చక్రాలు open అయినంత మాత్రాన సుషుమ్న activate అవ్వదు. అప్పటివరకూ ఎదురయిన ఎన్నో పరీక్షల్లో న్యాయబద్ధంగా నెగ్గాలి. వేద ధర్మాన్ని పాటిస్తూ + నువ్వు వేసిన బీజాన్ని బట్టి నీ journey ముందుకు సాగుతుంది. మీరు ఇంతవరకూ ప్రయాణించినా చాలు. మీలోని జీవాత్మ, అది వచ్చిన కార్యాన్ని బట్టి అది నిర్ణయం తీసుకుంటుంది. నాతో compare చేసుకోకండి. నేను వచ్చిన కార్యం వేరు, నా లక్ష్యం వేరు.

Anyway అన్ని పరీక్షల్లో నెగ్గితే ఈ నాగబంధనాలు తమంతట తాము విడిపోతాయి. సుషుమ్న పూర్తిగా activate అయ్యేంత వరకూ పైకీ క్రిందకూ తిరుగుతూ ఉంటాయి మనలోని నాగులు. అంటే ఇప్పుడు నేను సుషుమ్న ద్వారా ప్రయాణించడానికి కావలసిన ద్వారం తెరుచుకోబడింది అని అర్థం.

Anyhow ఆ సమయంలోనే పాములు నాకు attract అవ్వడం మొదలయ్యింది. నా లోని ఈ నాగులు కూడా తలపై భాగాన్ని చేరుకొని గుండ్రంగా తిరగడం మొదలెట్టాయి. ఈ force కి తెరుచుకున్న సహస్రదళ పద్మం, మజ్జిగ చిలికినట్లుగా మధనం జరుగుతుంది. దీని వలన పద్మం నుండి చిక్కటి తేనె బయటకు వచ్చి నా శరీరం అంతా ఈ తేనెతో తడిసిపోయింది.

శరీరం బయట అంతా ఈ తేనె ద్వారా cleansing అయ్యి బుల్లి బుల్లి చక్రాలు వెంట్రుక వాసి కూడా వదలకుండా తిరగడం మొదలెట్టాయి. దీనివలన ఉపయోగం ఏమిటంటే, నేను బ్రతికి ఉండగానే నాలోని జీవాత్మ బయటకు వచ్చినా, అవి విడివడినా నా శరీరం నశించదు.

విశ్వం అంతా చుట్టి వచ్చిన జీవాత్మ కాలచక్రాన్ని దాటడంతో నిజానికి ఈ శరీరం తనువు చాలించింది అని. కానీ అప్పటికే దానికి కూడా శరీరం in & out అంతం కాకుండా prepare అయ్యి ఉండడంతో ఇంకా బ్రతికే ఉన్నా. అప్పటికే ప్రతి జన్మనూ స్పృశిస్తూ ప్రయాణిస్తున్న జీవాత్మ present జన్మ తల్లి కడుపులో పడిన క్షణం నుండి మరలా ప్రతి అనుభవాన్ని పొందుతూ, ఒక్కొక్క

రోజునూ అనుభవిస్తూ దాటుకుంటూ కలియుగంలోని April 3rd, 2013 కు వచ్చాను. ఇది జీవుని ప్రయాణం.

Final పరీక్ష ఆ రోజే. వింత ఏమిటంటే ఇది జరిగి correct గా ఈ రోజుకు 11 సంవత్సరాలు పూర్తి అయ్యింది. తెలుసుకున్న వేదం, ప్రకృతి సహాయంతో చేసిన నా అన్ని జన్మల జీవిత ప్రయాణం + ఇప్పటి వరకూ చేసిన ఈ శరీర ప్రయాణం కలిసి ఏమి తెలుసుకున్నాను అన్నది ఈ పరీక్షలో నెగ్గితేనే రేపు అనేది చూడగలను. అదృష్టం పరీక్షలో ఉత్తీర్ణతను పొందాను. తండ్రి నుంచి పిలుపు వచ్చింది తమ దగ్గరకు రమ్మని. అప్పటికే నా కర్తవ్యం అర్థం అయిన నాకు, కార్యం పూర్తి చేయకుండా వెళ్ళిపోవడానికి ఇష్టపడక రాలేను అని చెప్పాను.

మరలా నా ప్రయాణం మొదలయ్యింది. తల పగిలి ప్రాణం పోకుండా, పరీక్షలో నెగ్గడంతో జీవాత్మ సునాయాసంగా, సుషుమ్న నుండి మొలకెత్తి నా శిఖరాగ్రం నుంచి బయటకు వచ్చిన సహస్రదళ పద్మంలోకి ప్రవేశించి దాని ద్వారా బయటకు వచ్చాను. కార్యసిద్ధికై మోక్షాన్ని కూడా వదులుకోవడంతో దేవతలందరూ ఆనందించి అభినందించారు. అలా బయటకు వచ్చిన నాకు నా రూపం నాకు వచ్చింది.

అలా బయటకు వచ్చిన జీవాత్మ నుండి ఆత్మ జీవుడు విడివడ్డారు. ఇంతకు ముందే చెప్పాగా ఆత్మ చాలా శక్తివంతమైనది అని. ఎంచక్కా జీవుణ్ణి వదిలి ఆదిని చేరుకోవడానికి తన దారి తాను వెతుక్కుంది. ఆత్మకు ఉన్నంత తెలివితేటలు జీవునికి ఉండవు అని ఈ పాటికే మీకు అర్థం అయి ఉండాలి.

ఇక్కడ ఇంకో clarity ఇవ్వాలి. నిజానికి ఈ జీవాత్మ మామూలు మనిషికి ఇచ్చిన జీవితకాలం పూర్తి అయ్యి ఎలా శరీరాన్ని వదిలేస్తారో నా పరిస్థితి కూడా అదే. నా శరీర కాలం పూర్తి అయిపోవాలి. కానీ ఇంకా ప్రాణాలతోనే ఉన్నా కూడా అందరిలా నా ఆత్మ కూడా యమద్వారం గుండానే ప్రయాణించాలి. మామూలు

మనిషికి ఇది ఎక్కడో తెలియదు. మీరు ఏ లోకానికి వెళ్ళాలో ఆ లోకానికి సంబంధించిన వాళ్ళు వచ్చి తీసుకుపోతారు. 99.99% అందరూ యమలోకం ద్వారా ప్రయాణించవలసిందే. ఇదే సృష్టి నియమం. కానీ నేను కాలాతీతంగా, లోకాతీతంగా ప్రయాణించగలిగే శక్తి బ్రతికి ఉండగానే వచ్చింది. నేను already కాలచక్రాన్ని దాటాను కాబట్టి నాకు మీలా time వర్తించదు. అంటే నాకు నిన్న అయినా, ఈరోజు అయినా, రేపు అయినా ఒక్కటే.

ఆత్మ యమలోకం కూడా దాటుకుని ఆదిని చేరుకోవడానికి ప్రయాణం మొదలెట్టింది. అది నన్ను వదిలి వెళ్ళడంతో ఎటు ప్రయాణించాలో అర్థం కాక దారి వెతుక్కోవడం మొదలెట్టా. ఆత్మ చేసే పని తెలుస్తున్నా నేను ఏమి చెయ్యాలి అన్నది అర్థం కాలేదు. అలా ఒంటరిగా నా జీవుని ప్రయాణం మొదలయ్యింది.

నా జీవుని ప్రయాణం చెప్పే ముందు నాలోని ఆత్మ ప్రయాణం కూడా కొంత చెబుతా!

నా నుండి బయటకు వచ్చిన ఆత్మ తనలో తాను (పరమాత్మ) ఐక్యం అవ్వడం కోసం తన ప్రయాణం తాను మొదలెట్టింది. ఎందుకంటే ఇక్కడితో నా కర్మల శేషం పూర్తయిపోయింది. ఇక అది నాతో ఉండి నన్ను గమనించాల్సిన అవసరం లేదు. జీవాత్మ లేని ఈ శరీరం ఏమి చేసినా దీనికి కర్మలు వర్తించవు.

అయితే ఈ ఆత్మ ప్రయాణం కూడా ఇప్పటిదాకా నా ఈ శరీరంతో కలిసి జరిగింది కాబట్టి, నా శరీర ప్రయాణం ఎలా సాగిందో దీని ప్రయాణం కూడా ఆ మార్గం గుండానే ప్రయాణించాలి. అప్పటివరకూ నా ఈ జీవితంలో చేసిన ప్రతీ ఒక్కటీ మరలా చూసుకుంటూ వెనుకకు ప్రయాణిస్తుంది. అంటే present నుండి past కు. ముందుగా ఇది కూడా యమలోకం దాటి వెళ్ళవలసిందే. కాకపోతే నా కర్మలు శేషం అవ్వడంతో దీనికి నాతో అక్కడ ఏ పనీ లేదు. అందుకే యమలోకాన్ని రివిగా దాటేసి తనను తాను చేరుకుంటుంది.

చివరిగా అంతః ప్రపంచం. పాతాళ లోకాలన్నిటినీ తెలుసుకుంటూ దాటుకుంటూ, నేను ఇంతకు ముందు పొందిన జన్మల ద్వారా ఒక్కొక్క link నూ విప్పుకుంటూ వెనుకకు ప్రయాణించాలి.

ఒకప్పుడు నా పెద్దక్క అంటూ వుండేది నాతో. పోయిన జన్మలో ఏ పాపం చేశావో ఈ జన్మలో బాధలు పడుతున్నావు అని. అప్పట్లో జ్ఞానం లేక అది నిజమే అనుకుని ఎంతో బాధపడే దానిని. కానీ నా విషయంలో అది ఏ మాత్రం correct కాదని నాలోని జీవుని అంతఃప్రయాణంలో అర్థం అయ్యింది.

ఈ బాహ్య, అంతః ప్రయాణాలు కూడా ఒక loop లో ఉంటాయి infinity లాగా. వీటి నుండి బయటపడటమే మనం చేయవలసిన పని. నేను కాల చక్రం దాటాక నా బాహ్య ప్రపంచ ప్రయాణం పూర్తయిపోయింది. అదే కాకుండా విశ్వం అంతా గాలించినా నా తల్లిదండ్రులను చేరుకోలేకపోయాను. వాళ్ళు నా దగ్గరకు వస్తున్నారు. కానీ నన్ను నేను తెలుసుకున్నాక నేనే స్వయంగా వాళ్ళను చేరుకొని కృతజ్ఞత చెప్పాలి అన్నది నా కోరిక. అది ఒక్కటే నా ధ్యేయం!

అలా ప్రయాణించడానికి ఏమి చేయాలో, ఎక్కడికి వెళ్ళాలో అర్థం కాలేదు. ఆ సమయంలోనే అమ్మ ఆ spider web ని చూపించింది. అప్పుడు నేను ఎలా ప్రయాణించాలో ఏమి చెయ్యాలో అన్నది అదిగో ఆ spider web ని చూసినప్పుడే అర్థం అయ్యింది. ఇంకా clarity గా చెప్పాలి అంటే. Spider తన web ని చాలా అందంగా అల్లుకుంటూ పోతుంది. ఒక్కొక్క string నూ joint చేసుకుంటూ. దాసినే తదేకంగా చూస్తున్న నాకు flash లా ఒక idea వచ్చింది. అదేంటంటే అచ్చు మానవుని లాగే అది కూడా అల్లుకుంటూ బంధాలను కలుపుకుంటూ ముందుకు వెలుతూ గూడు కట్టుకుంటుంది. ఇప్పుడు అది, తన ఆరంభానికి చేరుకోవాలి అంటే ఆ బంధాలను ఒక్కొక్కటిగా విడగొడుతూ వెనక్కి వెలితే ఆదిని చేరుకోవచ్చు అని అర్థం అయ్యింది.

ఎలా ప్రయాణించాలో నాకు అర్థం అయ్యి నా ప్రయాణం ముందుకు సాగింది. అలా ముందుగా నాలోకి నేను దూరి నేను శరీరంతో అనుభవించిన ప్రతీ ఒక్క అనుభూతినీ మరలా అనుభవిస్తూ వెనుకకు ప్రయాణించడం మొదలెట్టాను. అంటే present నుండి past కు.

అప్పటికే శరీర బంధాలనుండి బయటకు వచ్చి విముక్తి వచ్చింది. ఇప్పుడు ఈ జీవుని బంధాల నుండి కూడా బయట పడాలి. అంటే ఈ జీవుడు తీసుకున్న ఒక్కొక్క జన్మనూ దాటుకుంటూ నా ఆదిని చేరుకోవాలి. ఇది తప్ప నాకు ఇంకో మార్గం కనిపించలేదు.

నేను ధ్యానం మొదలు పెట్టిన రెండవ రోజు చూశా నా నుదుటి నుంచి ఒక tunnel లా నాకు ఒక వేరు connect అయ్యి ఉండడం. కంటికి కనిపించని అంతఃప్రపంచానికి అది ఒక్కటే దారి అని అర్థం అయ్యింది. ఇప్పుడు దానిని నేను చేరుకోవాలి అంటే మరలా నా శరీరంలోకి నేను ప్రవేశించాలి. శరీరం నాదే అయినా అనుకున్నంత easy కాదు ఈ ప్రక్రియ. ఎలా అన్నది నేను చెప్పను. చెప్పగా ప్రయాణం మాత్రమే చెబుతా అని.

మరలా నా ఈ శరీర జీవితంలో గడిపిన ప్రతీ ఒక్క రోజునూ అనుభవిస్తూ తల్లి గర్భం ద్వారా వెనుకకు వెళ్ళి యమలోకాన్ని దాటుకుని, దాని ముందు జన్మనూ అనుభవిస్తా, ఆ ముందు జన్మ & ఆ ముందు జన్మ అలా ఒక్కొక్కటిగా దాటుకుంటూ వెనుకకు ప్రయాణించాను.

ప్రతీ లోకాన్ని దాటినపుడు ఆ యా లోకం గురించి ఎలా అయితే క్షుణ్ణంగా తెలుసుకుంటామో, ప్రతీ జన్మనూ దాటినపుడు ఆ యా జన్మ గురించి కూడా క్షుణ్ణంగా తెలుసుకుంటాము. ఆ వేరు ద్వారా వెనుకకు ప్రయాణిస్తుంటే దాని నుండి వస్తున్న వెచ్చని సోమరసంతో నా శరీరం అంతా పూర్తిగా నిండిపోయింది. అలా తల్లి వేరు ద్వారా ప్రయాణించిన నాకు అనంత విశ్వము విస్తరించిన తల్లి వృక్షాన్ని చేరుకుని దాని చిటారు కొమ్మనుండి బయటకు వచ్చాను.

అలా బయటకు వచ్చిన నేను ఆ వృక్షాన్ని చూస్తే అది ఒక అరవిచ్చిన విశ్వం అంతా పరుచుకుని ఉన్న పచ్చని పువ్వలా ఉంది.

నేను మొట్టమొదటిగా చూసిన కాంతులతో కూడిన సూర్యుని పువ్వలాగే ఉంది ఇది కూడా. కాకపోతే అది కాంతులతో energetic గా ఉంటే, ఇది నిర్మలంగా, ప్రశాంతంగా పచ్చగా ఆకులతో ఉంది. అక్కడ అదే చెట్టుకింద కూర్చుని ఉన్న ఒక నవయవ్వన యువకుడిని చూశాను. అతన్ని చూస్తే తల్లీ తండ్రీ కలిసిన రూపమే ఆ యువకుడు అనిపించింది. అతను చెట్టుమొదలులో ఉన్న అరుగు మీద కూర్చొని ఉంటే ఆ యువకుని ముందు చాలా మంది మునులు కూర్చుని ఉన్నారు. కానీ నా చూపు మాత్రం ఆ యువకుని పైనే ఉంది.

ఆ యువకుడే మనం పిలుచుకునే దక్షిణామూర్తి. నా వైపు చూసి చిరుమందహాసం చేశారు. ఆ నవ్వులో ఎన్ని అర్థాలో. ఒక్క సారిగా నేనెంటో, నేను చేసిన ప్రయాణం ఏంటో పూర్తిగా అర్థం అయ్యింది. నేనూ అదే వదనంతో కృతజ్ఞతగా ఆ యువకుని చూస్తున్నా.

అలా పరమాత్మను చేరుకున్నాను. కానీ అంతటితో నా ప్రయాణం సంపూర్తిగా ముగిసిపోలేదు. అక్కడా ఒక exam ఉంటుంది. కానీ అది ఏ రూపంలో ఎలా ఉంటుందో ఏమీ తెలీదు. కానీ నా ప్రయాణం ముగియడంతో దగ్గరలో ఉన్న ద్వారం గుండా లోపలకు వెళ్ళాలని అటుగా వెళ్ళా.

అక్కడ ఒక వ్యక్తి కూర్చుని ఒక్కొక్కరిగా వచ్చిన వారిని లోపలకు పంపుతున్నాడు. నేను సాయం చేస్తూ నాతోపాటు తెచ్చిన మరికొంత మందిని లోపలకు ముందుగా పంపాను. ఇప్పుడు లోపలకు వెళ్ళే వంతు నాది. నాకు నాలుకకు గుచ్చబడి ఉన్న పిన్నీసులతో అక్కడ లోపలకు వెళ్ళలేము. పిన్నీసులు అంటే నాతో పాటే ఉన్న 5 elements. అవి నన్ను తమ స్వచ్చతతో నింపేశాయి. వాటితో ఆ లోకంలో అవసరం ఉండదు. అవి అక్కడ వదిలేయక తప్పదు.

  సద్రుశ్య

కానీ నేను భూమి మీదకు వచ్చిన కార్యం ఇంకా పూర్తి అవ్వలేదు. వాటిల్ని తీసి అతనికి ఇచ్చేస్తే నేను మరలా తిరిగి నా శరీరాన్ని చేరుకోలేను. అందుకే వాటిని మరలా అడిగి తీసుకున్నాను. కానీ అప్పటికే వాటిల్లో ఇకటి తెల్లని పువ్వులా మారిపోయింది. ఇప్పుడు ఆ 5 elements నాకు గుచ్చుబడి లేవు. అవి కేవలం నా చేతి గుప్పెటలో ఉన్నాయి. నేను ఎప్పుడు కావాలంటే అప్పుడు వాటిని తెరవొచ్చు ఈ తనువు చాలించాలి అంటే.

అప్పటికే ఆ పంచభూతాలను తీసి నా చేతిలోనే పెట్టుకుని ద్వారం దాటినా, అవి నా శరీరం నుండి బయటకు రావడంతో నా శరీర తల పైని మాడు కొంచెం చిట్లి జీవుడు పూర్తిగా బయటకు వచ్చి ఆదిని చేరుకున్నాడు. మాడుపై చిట్లిన చోట కొంచెం రక్తం కూడా వచ్చింది.

మరుసటి రోజు దేవునికి మనఃపూర్తిగా అభిషేకం చేయడానికి టెంకాయను కాడితే దానిలోకూడా తెల్లని పువ్వ వచ్చింది. నా మనసంతా ఎంతో ఆనందంతో నిండిపోయింది.

ఒక అగ్ని పర్వతం పరిగెదుతూ వచ్చి నన్ను నిలువునా కాల్చేసింది. అలా ఇప్పటిదాకా జీవాత్మకు ఒక ఇంటిలా కాపాడుతూ వస్తున్న నా ఈ శరీరం పూర్తిగా దహనం అయింది. ఆ ashes తో కూడిన Urn కూడా ఇవ్వబడింది. ఆ రూపంలోనే గంగ, గోదావరి & యమునమ్మలను కూడా కలిశాను.

ఆ రోజే ఇంటికి రాబందుకు వచ్చాయి. నాకు తెలుసు నేను ఆ రోజు ఇంటి వెనకకు (బయటకు) వెళితే నా శరీరానికి ప్రమాదం అని. వాటిల్ని చూస్తూ ఇంటి వెనక రాబందులు వచ్చాయి అని Kevin కు చెప్పాను. అవి జీవాత్మ లేని శరీరం ఎక్కడ ఉన్నా పసిగడతాయి అనుకుంటా. Kevin ఏమో అక్కడ ఎదో animal చనిపోయి ఉంటుంది. వాటికోసమే వచ్చి ఉంటాయి. నేనే వెళ్ళి ఆ animal ని remove చేసి వస్తా. లేకపోతే వాసన వస్తుంది అని, నేను అక్కడ ఏ animal చనిపోలేదు. అవి ఎందుకు వచ్చాయో నాకు తెలుసు, నువ్వు వెళ్ళి

ఏమీ వెతకనవసరం లేదు అని చెబుతున్నా వినకుండా Kevin వెళ్ళి, back-yard అంతా తిరిగి ఏ animal లేదంటూ వచ్చేశాడు.

అప్పటి నుండీ నాకు 108 లే కనిపిస్తున్నాయి.

అది సరే, అసలు ఆ ద్వారం గుండా enter అయ్యాక అక్కడ ఏమి జరిగింది?

జీవునిగా నాతోపాటు అక్కడకు చేరిన వారందరికీ కలిపి ఒకేసారి exam. నేను పూర్తి చేసింది అక్కడి highest degree. నా జత వాళ్ళందరూ అక్కడికి చేరినా వారికి answers తెలియకపోవడంతో మరలా జన్మ తీసుకోవడానికి వేరొక ద్వారం గుండా బయటకు వెళ్ళిపోయారు. ఇది అంతా 2013లోనే జరిగిపోయింది. ఈ శరీర ప్రయాణంలో అక్కడకు చేరుకోవడానికి ఎందుకు సమయం పడుతుందో మీకూ తెలుసు.

అక్కడ నా తోటి వాళ్ళు ఎవ్వరూ లేకపోవడంతో ఎలా exams రాయాలో, questions ఎలాంటివి అడుగుతారో, అసలు దేనిగురించి అడుగుతారో కూడా ఏమీ తెలియదు. నేను ఎప్పుడూ classes కూడా attend అవ్వలేదు. ఇప్పుడెలా? కనీసం question paper అయినా దొరికితే వాటికి సమాధానాలు ఎలా రాయాలో prepare అవ్వొచ్చు అని అనిపించింది.

ఆ ప్రదేశం కొత్త అవ్వడంతో అటుగా వెళుతున్న ఒక తెలిసిన అమ్మాయి friend కనిపిస్తే అడిగా. తానే తీసుకువెళుతా అని నన్ను దక్షిణామూర్తి office కు తీసుకు వెళ్ళి నేను దేనికోసం అడుగుతున్నానో చెప్పి నన్ను అక్కడే వదిలేసి వెళ్ళిపోయింది. అక్కడి పరిస్థితి చూసి నేను తనను ఏమి అడగాలో ఎలా అడగాలో అర్థం కాక తటపటాయిస్తున్నా.

అదేమీ పట్టనట్లు నాకు ఎదో ఇవ్వడం కోసం లోపలకు వెళ్ళాడు తేవడానికి. ఈ లోపు ఇద్దరు వ్యక్తులు వచ్చి, అప్పటి వరకూ నేను శక్తిఅమ్మ చెప్పగా నేర్చుకుని పాటించిన వేద ధర్మాల & ఉపనిషత్తుల గురించి తర్జన బర్జన పడుతుంటే, అప్పటికే అవి నాకు బాగా వంటబట్టి పాటించి ప్రయాణం చేసి ఉండడంతో వారికి ఈజీగా explain చేశా. వాటిని ఎప్పుడు ఎలా వాడాలో.

సదృశ్య

అప్పుడు వచ్చారు లోపలకు వెళ్ళిన దక్షిణామూర్తి. అతని ముకారవిందం చూడగానే అర్థం అయ్యింది, ఏమి జరిగిందో. అప్పటి వరకూ ఆ ఇద్దరి వ్యక్తులతో నేను చేసిన ఆ సంభాషణే నా exam అని. మనఃపూర్తిగా అక్కడి నుండి బయటకు వచ్చాను.

నేను పూర్తి చేసిన ఈ ప్రయాణం గొంతెత్తి అందరికి చెప్పే time వచ్చిందని అర్థం అయ్యింది.

నా ప్రయాణం పూర్తి అవ్వడంతో నా పెద్దక్కను (శరీర) తోడు తీసుకుని అక్కడికి వెళ్ళాను. నిజానికి తనకూ తెలియని విషయం ఏమిటంటే, తాను కూడా నాతోనే ధ్యానం చేసినా తను ఏ మాత్రం ముందుకు వెళ్ళలేదు. కానీ ధ్యానం ప్రారంభించిన మొద్దట్లో ఇద్దరం phone ద్వారా తను Minneapolis లో నేను Florida లో కూర్చుని కలిసి చేశాము.

నేను ధ్యానంలో కూర్చున్న couple of days లోనే chakras open అయ్యాయి. అప్పుడు నాకు tremendous energy వచ్చేది. అక్క నా పక్కనే లేకున్నా తనకు Green చక్రా, నాకు వచ్చే శక్తి ద్వారా open అయ్యింది. అది ఏ మాత్రం మంచింది కాదు. ఆ సమయంలో నాకు ఆ విషయం తెలీదు. దీని గురించి మీకు ఇంకొంత విపులంగా చెప్పే time వచ్చింది.

ధ్యానం అనేది గుంపులు గుంపులులా చేసే ప్రక్రియ కాదు. ఎవరికి వారుగా ఏకాంతంగా చేసుకునే ప్రక్రియ అది. మా ఇద్దరి విషయమే చెబుతా ఏమి జరిగిందో. అక్కకి ఈ చక్రాలు ఒక process లో జరగలేదు. మొదటి రెండూ open అవ్వకుండా మూడవది మాత్రమే open అయ్యింది. ఆ విషయం కూడా తనకు తెలీదు & అది కూడా తను gain చేసిన energy తో open అవ్వలేదు.

ఇది తనకు తెలిసి చేసిన తప్పు కాదు. అసలు ఇలా ధ్యానం చేయకూడదు అన్న విషయం, అప్పుడు Minneapolis లో మాకు అందరికీ కలిసి నేర్పిస్తున్న

పద్మగారికి కూడా తెలీదు. ఇలా చేయడం వలన ఏమవుతుంది అంటే ఇప్పుడు నాకు అక్కకు జరిగినట్లు, తన energy తో కాకుండా ఒక chakra నా energy తో తనకు open అయ్యింది. ఒక క్రమ పద్ధతిలో జరగవలసిన process శృతి తప్పింది.

ఒక సారి ఇలా జరిగిందంటే ఇక దానిని సరిదిద్దలేవు. You can't undo it. ఈ life ని నువ్వు waste చేసుకున్నట్లే. ఇక ఈ జీవితంలో ధ్యానం పూర్తి చేయలేవు. ఒకరి energy తీసుకోవడం అన్నది దొంగతనం క్రింద వస్తుంది. అది వాళ్ళు తెలిసి చేసినా, తెలియక చేసినా తప్పు తప్పే. ఈ విషయం అప్పట్లో నాకు కూడా తెలియదు.

కానీ నా శక్తితో తనను కొంత దూరం తీసుకుపోగలిగాను. కానీ నాకు నిజం ఎప్పుడయితే అర్థం అయ్యిందో, తనతో నేను కలిసి ధ్యానం చేయడం మానేశాను. నేను తనతో కలిసి ధ్యానం చేయకపోవడంతో తనకు ఆ కాస్త experiences కూడా రావడం మానేశాయి. Experiences కలగకపోవడంతో తనకూ interest పోయ్యి, ధ్యానం మానేసింది. Prana healing అని ఎవరో చెప్పారని అది చేయడం మొదలెట్టింది.

సరే ఈ విషయమై నేను అక్కడ చూసింది ఏమిటంటే... అక్కని తోడు తీసుకుని నా Degree certificate collect చేసుకోవడానికి వెళ్ళాను. Guys you won't believe అక్కడ మీకు సంబంధించిన certificates ఎన్నో యుగాలనుండి దుమ్ము కొట్టుకుపోయి అక్కడి storeroom లో మూటలు కట్టి పడి ఉన్నాయి.

ఇంతకు ముందే చెప్పా కదా! ధ్యానంలో సంపాదించే జ్ఞానం, తరగని ఆస్తి. అది జన్మ జన్మలకూ నీ వెంటే ఉంటుంది అని. అలాగే అవి అన్నీ నగల రూపంలో నన్ను అంటిపెట్టుకుని ఉన్నాయి. అక్క తన సొంతంగా ఏదీ సంపాదించుకోలేదు కాబట్టి, నా ద్వారా పొందిన వాటికి విలువ ఉండక అవి తీసేసుకోబడతాయి.

 సద్రుశ్య

తాను దొంగతనము చేసిన వాటిగా పరిగణించి ఆ పిచ్చి నగలు కూడా దొంగిలించబడతాయి. అయితే నా జీవుని ప్రయాణం ముగియడంతో తల్లితండ్రులు తమ దగ్గరకు వచ్చేయమన్నారు. కానీ నేను వచ్చిన కార్యం ఇంకా పూర్తి అవ్వలేదు. అందుకే కాదనలేక రోజులో సగంపూట వారితో, ఇంకో సగం భూమిపై గడుపుతాను అని చెప్పాను.

అలా నా జీవుడు స్వేచ్ఛ విహారి అయ్యాడు. అర్ధ రాత్రుళ్ళు కూడా నేను బయటకు వెళ్ళి సాధ్యమయినంత వరకూ ఇతరులను కాపాడుతూ, ఆ కర్మకు పొందిన ఫలితాలను కూడా నేను ఉంచుకోకుండా వారికే అప్పచెబుతూ ఉన్నా.

ఇది అంతా 2013 లోనే జరిగిపోయిన విషయాలు. ఆ తరువాత Few Years కి Minneapolis వెళ్ళాను. అక్క friends తమతో కలిసి ధ్యానం చేయండి అనడంతో కాదనలేక, నేను ధ్యానం చేయను కానీ మీతో కూర్చుంటాను అని కూర్చున్నా. ఆ రోజు అక్కడ ఉన్న వాళ్ళకు జరిగిన అనుభవాల గురించి ఒక్కొక్కరిగా అడిగి తెలుసుకున్నారు. ఆ next day ఇంకొక friends ఇంటిలో కూడా ధ్యానానికి పిలిచారు. ఈ సారి చిన్న experiment చేయాలి అనుకున్నా. అందరం ధ్యానంలో ఉండగా, నేను శరీరం నుండి బయటకు వచ్చి, మేము కూర్చున్న రూంలోనే అందరి వెనక నుండి round గా తిరిగి, అక్కడ ఉన్న fire-place దగ్గర కాసేపు నిల్చొని అందరినీ గమనించి ధ్యానం ముగించాను.

నేను ఆ experiment చేసినట్లు అక్కడి ఎవ్వరికీ తెలియదు. ఇప్పటికి కూడా. Interesting thing ఏమిటంటే, ఆ రోజు ఆ room లో నేను ఏమయితే చేశానో అందరికీ similar experiences ఏ జరిగాయి. నా experiences చెప్పే వంతు వచ్చినపుడు, నిజం చెబితే వాళ్ళు దడుచుకోవచ్చు or నమ్మకపోవచ్చు. అందుకని నేను చేసిన పని చెప్పకుండా నాకూ మీకు జరిగినట్లే జరిగింది కానీ ఇంకొంచెం lengthy గా జరిగింది అని చెప్పాను. అప్పుడు ఖచ్చితంగా con-firm అయ్యింది అక్కకి నాకు జరిగే experiences simple & similar గా ఎందుకు జరిగేవో & పై అనుభవం (నాకు అమ్మ ఎందుకు చూపించిందో) ఎందుకు జరిగిందో.

అందుకే ఈ విషయం కూడా మీకు ఖచ్చితంగా తెలియాలి అని చెబుతున్నాను. సరే back to the story ...

అది కైలాస పర్వతము. నేను తండ్రిని చేరుకునే సమయం ఆసన్నమయ్యింది. కొన్ని కారణాల వలన నేను అక్కడికి ఆలస్యంగా వెళ్ళాను. అప్పటి వరకూ నా జీవునికి వాహనమయిన ఈ శరీరాన్ని అతి దగ్గరగా తీసుకు వెళ్ళి కూర్చున్నా. నేను వాళ్ళతో పూర్తిగా మమేకం అయ్యే సమయం ఆసన్నమయింది. నా వాళ్ళందరూ వచ్చి నా కోసం ఎదురు చూస్తూ ఉన్నారు. నా రాకకై ఒక function కూడా ఏర్పాటు చేశారు. అక్కడ నాకూ అమ్మకూ కలిసి మరోక సరికొత్త ప్రపంచం ప్రారంభం కాబోతుంది. దానికి అన్ని ఏర్పాట్లు జరిగిపోయాయి. దానిలో సృష్టి కూడా మొదలయిపోయింది.

అమ్మ నన్ను పుష్పక విమానం ఎక్కించుకుని మణిద్వీపం కూడా తీసుకు వెళ్ళింది. ఎన్నో విహార యాత్రలకు కూడా వెళ్ళాము నా భర్తతో కలిసి. అలా తల్లితండ్రుల దగ్గర కొంత కాలం గడిపి, నా భర్తను చేరుకున్నాను.

కొత్త సృష్టిని చూసి వద్దాం అని వెళ్ళాను. అది నా ద్వారా ప్రారంభం అయ్యింది కాబట్టి ఆ లోకానికి కావలసిన అన్ని రకాల ప్రాణులనూ నాకు అందచేశారు నాగులు / దేవతలు.

ఈ నా (సృష్టి) లోకం నేను సృష్టించిందే అయినా పూర్తిగా శక్తి అమ్మ రూపం అయిన పంచభూతాలతోనే సృష్టించాను. దీనికి సరస్వతి అమ్మ కూడా సాయంగా తన వాహనమయిన హంసతో కొన్ని బంగారు నాణాలను పంపింది. మా అందరి సాయంతో ప్రారంభం అయిన కొత్త సృష్టిని తృప్తిగా చూసుకుని వచ్చాను.

నేను వచ్చిన పని పూర్తి అవడంతో, నేను నా వాళ్ళని చేరుకునే సమయం దగ్గర పడింది. నా అసలు రూపం తో పాటు నా శక్తులు నాకు వచ్చే సమయం కూడా ఆసన్నమయింది. నాలో ఉన్న ముగ్గురితో పాటు నా భర్త కూడా నా దగ్గరే

సద్రశ్య

ఉన్నారు. నేను కోరుకున్న నలుగురూ నా దగ్గరే ఉండడంతో తృప్తిగా చివరి ప్రయాణం మొదలయ్యింది.

అది చాలా ఎత్తయిన పర్వతం. అక్కడ అప్పటికే రావలసిన వాళ్ళందరూ కూడా వచ్చేశారు. నేను ఆ పర్వతానికి అతి దగ్గరగా వెళ్ళి వాళ్ళతో కలిసిపోయాను.

నా final destination నేను చేరినా, అక్కడి నుండి కూడా నా వంతు సాయం నేను చేస్తూనే ఉన్నా.

శరీరంతో కూడా final destination చేరడానికి ముందుగా అది పుట్టిన దేశానికి వాళ్ళాను. జోగులాంబ దర్శనం లభించింది. అక్కడి నుండి శ్రీకాళహస్తి, తిరుమల, శ్రీశైలం, యాగంటి, అహోబిలం & మహానంది కూడా దర్శించుకుని తృప్తిగా నా చివరి మజిలీ మొదలు పెట్టాను.

శరీరంతో వచ్చిన రెండు నాగులు & పురుగు నన్ను వదిలి వెళ్ళిపోయాయి. ఆనందంగా నా వాళ్ళను చేరుకున్నాను.

అయితే అమ్మను అడిగాను, అసలు నేను ఈ ప్రయాణం ఎందుకు చేయవలసి వచ్చింద అని?

ఈ భూమి అంతా నాశనం అయ్యి త్వరలో నీటిలో మునగబోతుంది. అది జరిగేలోపు మానవ జన్మ ముఖ్య కర్తవ్యం గురించి & దాని ముక్తి ప్రయాణం గురించి తెలియజేయాలని అనుకోవడంతో, నేను ఇంతకుముందే ఈ ప్రయాణం చేసి ఉండడంతో volunteer గా నేనే వచ్చాను. ఇప్పుడు నేను వచ్చిన పని పూర్తి అయ్యింది.

నిజానికి ఈ జీవుడు వచ్చిన పని 2013 లోనే పూర్తయిపోయింది. నా ఈ పని పూర్తి చేయడానికి ఇంకా నాకు 20 సంవత్సరాలు పైనే ఆయుర్దాయం ఉంది. కానీ నా final destination కు నేను ఎప్పుడు వెళ్ళాలి అన్నది నా శరీరమే

decide అవ్వాలి. నా ఈ శరీరం ఎప్పుడైతే తన కర్తవ్యం పూర్తి చేసుకుంటుందో అప్పుడు వెళ్ళాలి అని నిర్ణయించుకున్నాను.

మరలా అక్కడా పరీక్షల్లో నెగ్గ గలిగాను. అప్పటికే ఆదిని చేరుకున్న నేను అన్ని పరీక్షల్లో నెగ్గి పూర్తిగా ఆదితో మమేకం అవ్వడంతో నేను ఈ శరీరం తో శివునికి అభిషేకం చేస్తున్నా, నన్ను నేను అభిషేకించినట్లు అయ్యి ఒక్కసారిగా పూజ, అభిషేకం మానుకున్నాను. అప్పటికి ఇంకా నేను నా ప్రయాణంలో 100% pass అవ్వలేదు. కారణం నా శరీరం ఇంకా ఇక్కడ మిగిలే ఉంది. దీన్ని ఏకత్వంలో కలిపేయాలి. అంతా తుడిచి వుద్ధితం చెయ్యాలి. త్వరగా నా పని పూర్తి చేసుకోవాలి.

విశ్వం అంతా తానై నిండివున్న ఆ ఏకత్వంలో నేనూ ఇక్యం అయ్యి నా ఉనికిని కోల్పోయాను. మరలా గుడిగంటలు వినిపించి స్పృహలోకి వచ్చాను.

ఇప్పుడు మీకో నిజం చెప్పాలి!!

నాలోని ఆత్మ already ఆదిని చేరుకుంది. నా లోని జీవుడూ ప్రయాణించి ఆదిని చేరుకున్నాడు. ఇక మిగిలింది శరీరం. ఈ process లో నా శరీరం ఇది అంతా అవగాహన చేసుకుని, ఈ శరీర కర్తవ్యం నెరవేర్చుకోవడానికి నాకు ఇంకా కొంత సమయం అవసరం. అందుకే ఆదిని చేరుకునే సమయంలో నా పిన్నీసులను నేను అడిగి తీసుకున్నాను. మీకు నేను ఇంతకు ముందు ఏమి రాశానో అర్థం అయ్యి ఉండకపోవచ్చు. నేను రాసిన ప్రతీ ఒక్క sentence కూ ఎంతో అర్థం ఉంది.

పిన్నీసులు అంటే ఏమిటంటే, అవి మనలోని పంచభూతాలు. అక్కడ ఈ పంచభూతాలతో అవసరం లేదు. నాకుగా నేను ప్రయాణం చేశాను కాబట్టి నాలోని పంచభూతాలు నాతోటే ఉన్నాయి. కానీ అక్కడ లోపలికి వెళ్ళాలి అంటే వాటిని వదిలివేయక తప్పదు. కానీ నేను ఈ భూమి మీదకు వచ్చిన కార్యం

ఇంకా నేను పూర్తి చేయలేదు. నేను నా పంచభూతాలను వదులుకోలేను. వాటిని తీసి వాళ్ళకు ఇవ్వాలి తప్పదు.

అదీ నేను కోరుకున్న కోరికే. ఒక సారి నేను అమ్మను అడిగాను నా ప్రాణం నా ఇష్టానుసారం పోవాలని. అంటే నేను లోపలకు ప్రవేశించడానికి ఈ పంచభూతాల నుండి బయటపడుతున్నా వాటిని తీసి నా గుప్పెట్లో పెట్టుకున్నాను. అంటే అవి తీసి వారికి ఇచ్చి, మరలా వాటిని అడిగి తీసుకుని పట్టుకున్నాను. ఇప్పుడు నేను ఎప్పుడు కావాలంటే అప్పుడు నా గుప్పెట తెరిచే శక్తి నాకు ఉంది.

ఇది మీకు ఇంతకు ముందే చెప్పా. నా ఆయుష్ణు పెంచుకుంటూ పోతున్నాను అని. ఇది నాకు ఏమాత్రం ఇష్టం లేని పని అని. నేను మొదటి book తోనే ఈ రెండు books ప్రచురించక పోవడానికి కారణం లేకపోలేదు. అదేంటంటే, సరస్వతి అమ్మ నాకు బిడ్డను ప్రసాదించినపుడు నేను ఆ బిడ్డ వద్ద అనుకున్నాను. కారణం ఈ భూమి మీద ఇంకొంచెం మంచి మిగిలివుంది. ఇంకొంత మంది వారి దారి వాళ్ళు వెతుక్కోవడానికి అవకాశం ఇవ్వాలని అనుకున్నాను.

మీకు సంబంధించిన certificates అన్నీ అక్కడ దుమ్ముకొట్టుకు పోయి ఉన్నాయి. కనీసం కొంత మంది అయినా వాటిని collect చేసుకోవడానికి ప్రయత్నిస్తారు అన్న ఒక ఆఖరి ప్రయత్నం.

అందుకే నిర్దాక్షిణ్యంగా ఆ పుట్టబోయే జీవుణ్ణి నులిమేశాను. కానీ అమ్మ దీవెన వృధా పోదుగా. ఈ శరీరం లేకుండా బిడ్డ పుట్టాడు. వాడికో లోకాన్ని create చేసి, వాడికి కావలసినవన్నీ ఏర్పాట్లు చేశాను. ఆ లోకంలో already జీవనం మొదలయ్యింది. ఈ భూలోకం అంతం అయినా సృష్టిలో ఏ మార్పు ఉండదు. Balance తప్పదు.

ఇది అంతా పక్కన పెడితే నాకు అర్థం కాని ప్రశ్న ఒకే ఒక్కటి. బ్రహ్మ ఇచ్చిన నా ఆయుష్షు ఇంకా 20 సంవత్సరాలు ఉంది. కానీ సరైన సమయం కోసం ఎదురు చూస్తుండడంతో already అక్కడ రాసి ఉన్న నా ఆయుష్షు కు సరైన ప్రశ్న నాకు దొరకలేదు. అదే ఇంతకు ముందు మీకు చెప్పాను. కొన్ని సమాధానాలకు సరైన ప్రశ్న నాకు తెలియడం లేదని.

ఆదిని చేరుకున్న నాకు అక్కడ ఉన్న కొన్ని సమాధానాలకు నా ప్రశ్నలన్నీ match అయ్యాయి. ఒక్క సమాధానానికి అవసరమయిన ప్రశ్న తప్ప. నాకు ఏ విషయం లోనూ 100% clarity లేనిది ఏ పనీ చేయను. అందుకే ఇంతకాలం ఈ రెండు ప్రయాణాలు మీకు చెప్పకుండా pending లో పెట్టాను.

నా 2nd book ending రాస్తున్నా. జీవాత్మ ఎలా సహాయం చేసింది ఈ శరీర ప్రయాణానికి అని. అప్పుడు దొరికింది నాకు కావలసిన ప్రశ్న. అక్కడ ఉన్న answer బ్రహ్మ ద్వారా నేను పొందినది. కానీ నేను నా గుప్పెట ఎప్పుడు విప్పాలో clarity వచ్చింది. Now I'm looking forward to it. ఇక్కడ inter-esting point ఏమిటంటే, ఈ విషయం కూడా నా జీవుని ప్రయాణంలో ఇది అంతా 2013 లోనే clear గా రాశాను. నా 2nd book లో. కానీ అప్పటికే శరీరం ఎంతో ప్రశాంతత పొందుతూ ఉండడంతో రోజూ రాత్రుళ్ళు బయటకు వెళ్ళి ఎంతో మందిని కాపాడుతూ వచ్చాను. వాటికి పొందే కర్మలను నేను ఉంచుకోకుండా balance చేసుకుంటూ వచ్చాను.

ఇప్పటికే మీకు అర్థం అయ్యి ఉండాలి. ఆదిని చేరుకోవాలి అంటే కర్మలు లేకుండా చూసుకోవాలి అని. అంటే balance "0" ఉండాలి, నేను అర్ధ రాత్రుళ్ళు శరీరం నుండి బయటకు వెళ్ళి మంచి చేస్తుండడంతో వాటికి వచ్చిన ఫలితాన్ని కూడా ఆ ఆది దగ్గర ఉన్న staff కు ఇచ్చేసి లోపలకు వెళ్ళేదానిని. ఎందుకంటే అప్పటికే తల్లిదండ్రులు నన్ను రమ్మని అడిగితే వాళ్ళకు నేను మాట ఇచ్చాను, సగం రోజు వాళ్ళ దగ్గర & సగం రోజు ఈ భూమి మీద ఉంటా అని.

అప్పటినుండీ ఈ భూమి మీద నేను చేసే ప్రతీ పనికీ మంచి చెడులను bal- ance చేసుకుంటూ వస్తున్నాను. ఎలానో చిన్న example చెబుతా మీకు. మా backyard లో ఒక మామిడి చెట్టు ఉంది. మంచి తీపి కాయలను ఇస్తుంది. వాటిని అక్క వాళ్ళ friends కు పంపాను అనుకోండి. వాటిల్ని pack చేసి పంపినందుకు గాను, అంటే వారికి నా శ్రమ దానం చేయకుండా వారి నుండి కొంత సొమ్ము తీసుకునేదానిని. అలా చేయకపోతే వాళ్ళు నాకు బాకీ ఉండిపోతారు. దానిని balance చేస్తూ నేనొక చెడు కర్మ చేయాలి. ఎందుకంటే అప్పటికే నాలోని జీవుడు మోక్షం పొందాడు. ఇంకొక జన్మ లేదు నాకు. Unless నేను ఇష్ట పూర్వకంగా జన్మ తీసుకుంటే తప్పించి.

నాలోని ఆత్మ, జీవుడు ఇద్దరూ ఆదిని చేరుకుని తమ ప్రయాణాన్ని ముగించారు. కేవలం ఇప్పుడు మిగిలివుంది నా శరీరం మాత్రమే. నేను ఈ ప్రాణాలను నా తండ్రి పాదాల దగ్గర వదలాలని కోరుకుంటున్నాను.

వీటన్నింటికీ మించి అసలయినది, ధ్యానం ఎలా చేయాలి? ఎందుకు చేయాలి?

నాతో ఎక్కువ మంది చెప్పిన reasons ఏమిటంటే... health బాగుచేసుకోవడం కోసమో, ప్రశాంతత కోసమో, ఎవరో చేస్తే మంచిదని చెప్పడం వలన, కారణం ఏమీ లేదు just చేస్తున్నా ... ఇలా reasons చెప్పారు. అసలు నువ్వు ఏ పని చేయాలన్నా ముందు ఆ పని ఎందుకు చేస్తున్నావో తెలుసుకోవాలి. కారణం లేకుండా ఏ కార్యం చేయము. ఇలా ఎవరన్నా చెప్పారూ అంటే వారిలో ఇంకా పరిపక్వత రాలేదు అని అర్థం. For example, నా గురించే తీసుకోండి. నేను పూర్వజన్మలు తెలుస్తాయి ధ్యానం చేస్తే అని తెలిసి curious గా start చేశాను.

అలా ఏ పని చేయాలన్నా ఏదో ఒక reason తప్పక ఉండాలి. ఏ పని ప్రారంభించడానికయినా ఒక aim ఉంటే, దానిని పొందడం కోసం ఎంత కృషి చేయాలో, ఎప్పటివరకు చేయాలో, ఎలా సాధించుకోవాలో అనే ప్రశ్నలకు ఒక

clarity ఉంటుంది. గుడ్డెద్దు చేలో పడినట్లు కాకుండా నీ కారణం ఏమిటో తెలుసుకుని మొదలెట్టు ఏ పని అయినా. Especially meditation.

ఇప్పుడు నీ కార్యాన్ని సాధించుకోవడం ఎలా? నువ్వు ఎంచుకున్న పనిని బట్టి కాలం నిర్ణయింపబడుతుంది. అచ్చు ఈ భూమి మీద బ్రతకడానికి పొందే నీ ఆయుష్షు లాగా. ఈ ఆయుష్షు ఎలా పొందుతామొ అంటే మనం పూర్తిచేయవలసిన కర్మలకు ఎంత సమయం కావాలో లెక్క కట్టి అది నీ శరీరానికి ఇవ్వబడుతుంది. ఈ కాలం ముగిసేలోపు నువ్వు ఈ జన్మలో సాధించవలసిన, పూర్తి చేయవలసిన పనిని పూర్తి చేసుకోవాలి. సమయం నీ కోసం ఆగదు. నిజానికి ధ్యానంలో మోక్షం పొందిన వారికి సమయంతో సంభంధం లేదు. మిమ్మల్ని confuse చెయ్యనులే. సాధ్యమయినంత simple గానే చెప్పడానికి ప్రయత్నిస్తా. ఈ సమయం కేవలం శరీరానికే.

సరే ఇప్పుడు అసలు విషయానికి వద్దాం. నీ శరీరంలో నువ్వు కాక, ప్రకృతి, పురుషుడు & ఆది గురువు ఉంటారు. రోజువారీ నువ్వు చూసేది నీ శరీరపు కళ్ళతో. ఈ శరీరం నీలో ఉన్న వారికి ఒక ఇల్లు మాత్రమే. ప్రకృతితో (5 elements) ఏర్పడిన ఈ శరీరంలో ఉన్న నువ్వు బ్రతకడానికి ఈ ప్రకృతే సాయం చేస్తుంది. పురుషుని వలన నీకు energy వస్తుంది. ఇది ఎలా అంటే, ఒక battery charger లా. ఇది ఎప్పుడూ energetic గానే ఉంటుంది. కానీ నీ శరీరానికి కావలసిన energy ని నువ్వే సంపాదించుకోవాలి. ఈ పురుషుని శక్తిని పొందడానికి చేసే ప్రయత్నమే ధ్యానం. ఆది గురువుని చేరుకోవడానికి చేసే ప్రయత్నమే మోక్షం పొందడం.

ఇప్పుడు నా ప్రయాణం గురించి చెబితే మీకు క్లారిటీగా అర్థం అవుతుంది. నా కోరిక ఏంటి? నేను పొందిన ప్రతీ జన్మ తెలుసుకోవాలని. మరి ఒక్క జన్మ గురించి తెలుసుకుంటే, నా కార్యం నెరవేరినట్లు కాదు కదా! అది సాధించాలి అంటే, నా మొట్టమొదటి జన్మ వరకూ నేను తెలుసుకోవాలి. మరి ఈ మొట్టమొదటి జన్మ ఎలా వచ్చింది? నీ ద్వారా నీకు బిడ్డ పుట్టినట్లే నేనూ మొదటిగా ఒకరికి పుట్టాలిగా. ఆ నా + నాతో పాటు పుట్టిన soul ఇద్దరి

సద్రుశ్య

జన్మలూ తెలుసుకునేదాకా నా ప్రయాణం సాగాలి. అలా నా అనే భావనను తెలియచేసి, తన శక్తిని పంచిన ఆ ఆదిని నేను చేరుకోవాలి అని నాకు ఏమీ తెలియకుండానే నేను కోరుకున్న కోరిక ద్వారా పుట్టినదే ఈ అనంత ప్రయాణం.

ఇప్పుడు నేను దీన్ని ఎలా సాధించాను?!

ముందే చెప్పాగా నా శరీరం ఈ ప్రయాణానికి పూర్తిగా సిద్ధమయ్యింది అని. అన్నీ వదిలేసుకుని, అందరినీ వదిలేసుకుని, సంపాదన మీద కూడా వ్యామోహం లేక, ఏ ఆలోచనా లేక మనసు ప్రశాంతంగా ఉన్న సమయంలో ఏదో ఒకటి కొత్తగా ఏమన్నా నేర్చుకోవాలి అని ఒక ఆలోచన వచ్చింది. చిన్నప్పుడు doctor అవ్వాలని అనుకున్నా, మనుషులకు ఉచితంగా బాగుచేయాలని అనుకునేదానిని. అక్కలు ముగ్గురూ బైపీసీ తీసుకోవడంతో పెద్దక్క ఒక సారి నీకు detection ఎలానో చూపిస్తా అని ఒక frog పట్టుకుని చెక్కకు కొట్టి, దానిని cut చేసి దాని లోపలి parts అన్నీ చూయించింది. చాలా interesting చూశాను. అంతా అయ్యాక దానిని తిరిగి కుట్టమంటే అలా కుదరదు అన్నది. నాకు చాలా బాధేసింది. అప్పుడు decide అయ్యా నా ముగ్గురు అక్కలలా ఈ BiPC కాకుండా MPC తీసుకోవాలని.

కానీ ఇప్పుడు ఏదో ఒకటి సాధించాలని ఉంది. Doctor చదవాలని ఉంది అని Kevin తో అంటే, నీ ఇష్టం చదువు అన్నాడు. కానీ అప్పటికే నా వయసు 40. నేను too old కదా! Doctor కావాలంటే చాలా సంవత్సరాలు పడుతుంది ఎలా అని ఆలోచిస్తున్న సమయంలో ఇదే విషయం పెద్దక్కతో చెప్పి discuss చేస్తున్నపుడు astrology కూడా నాకు ఏమీ తెలియని subject, దీనిని సరదాగా తెలుసుకుందాం అని మొదలెట్టా. చాలా interesting ఉంది. కానీ పెద్దక్కలిద్దరూ వాళ్ళు జాతకం చూడు, వీళ్ళ జాతకం చూడు అనడంతో ఆ పని చేయడం నాకు ఇష్టం లేక ఒక్క సారిగా astrology ని study చేయడం వదిలేశా.

ఈలోపు నాకు ఎంతో బాగా నచ్చిన ఇల్లు కొనుక్కోవడం మారడం జరిగింది. మా housewarming party కి వచ్చిన ఒక friend నాకు Meditation with Mandalas & Magic Eye Amazing 3D Illusions అనే రెండు books gift గా ఇచ్చింది. మెడిటేషన్ అంటే ఏమిటో తెలీదు కాబట్టి mandalas designs చూసి పక్కన పెట్టాను. కానీ ఆ 3D illusions book నన్ను బాగా attract చేసింది. కారణం ఇలాంటి illusions pages కొన్ని frame కట్టి గోడకు తగిలించడం చూశా చిన్నఅన్నయ్య ఇంటిలో few years క్రితం.

రోజూ నా కళ్ళకు పదును పెట్టేదానిని. చాలా interesting గా ఉంది. అది almost 100 pages book. చాలా fast గా, easy గా అన్ని illusions reveal చేశాను. ఒక సారి పెద్దక్కతో ఈ books గురించి చెబితే అదిగో అప్పుడు చెప్పింది వాళ్ళ ఊరిలో ఒకామె మెడిటేషన్ నేర్పడానికి వచ్చినట్లు.

So, అప్పటికే ఈ శరీరం, mind & మనసు అన్నీ ready గా ఉన్నాయి కొత్త దానిని తెలుసుకోవడానికి & నేర్చుకోవడానికి. అందుకే ఇట్టే ధ్యానంలోకి వెళ్ళగలిగాను.

మీకూ interest ఉంటే ఈ illusions book కొని hidden objects ని reveal చేయడానికి ప్రయత్నించండి. It is awesome!! ఈ hidden objects ని ఎలా reveal చేయాలంటే, ముందుగా ఆ 3D illusion ఉన్న పేజీని ముఖం ఎదురుగా పెట్టుకుని, ఆ illusion మధ్యలో నీ ముక్కుని ఆనించి, దానినే stare చేస్తూ slow slow... గా దూరంగా జరుపుతూ పోతే object depth తో సహా reveal అవుతుంది. ఇలా చేయడం వల్ల నీ eye sight కూడా improve అవుతుంది.

Once you see it, you can't unsee it. నా eyesight ఎంతలా improve అయిందంటే, అలా ఆ గజిబిజి design ను చూస్తే చాలు టక్కున object reveal అయ్యేది. నా కంటికి ఏమి చూసినా, కంటికి కనిపించే దానికంటే దానిలో దాగిఉన్న రహస్యమే కనిపించేది. అలా 2 days లో book కంప్లీట్

చేశా. అలా ధ్యానానికి కావలసిన నిశితమయిన చూపు నాకు తెలికుండానే నాకు వచ్చేసింది.

మీకు ఇది కష్టం అనిపిస్తే ఇంకో పని చేయండి. కళ్ళు మూసుకుని ఉదయిస్తున్న సూర్యునివైపు చూడండి. మీకు Red or Orange కనిపించాలి. ఇవే ఎవరికయినా మొట్టమొదటిగా కనిపించవలసిన రంగులు. అసలు ఈ రంగులు మీకు కనిపిస్తున్నాయి అంటే. మీరు జ్ఞాన నేత్రంతో చూడగలుగుతున్నారు అని. ఈ చూపు అర్థం అయితే చాలు మీరు సాధించినట్లే.

సరే మళ్ళా మొదటికి వద్దాం. ప్రకృతి ద్వారా ఏర్పడ్డ శరీరానికి ప్రకృతే సాయం చేస్తుంది అన్నా కదా! అలా అన్ని విధాలా రెడీగా ఉన్న శరీరంలో అపారమయిన energy వచ్చి చేరుతుంది. ఇక్కడ ఇంకో clarity ఇవ్వాలి మీకు. అసలు శరీరానికి ఈ energy ఎలా వస్తుంది?

మనం ఈ energy ని పొందటం కోసమే శరీరానికి rest ఇస్తూ నిద్ర పోతాము. అంటే శరీరం కదలకుండా ఉంటే ఎనర్జీ మన శరీరానికి లభిస్తుంది. It is that simple. అలానే meditation లో కూడా మనం కదలకుండా కూర్చోవడం వలన మనం ఎనర్జీని పొందుతాము. అదే కాకుండా శరీరం బయట ఈ ఎనర్జీ ఎప్పుడూ North Pole నుండి South Pole కు ప్రవహిస్తుంది. శరీరం లోపల South Pole నుండి North Pole కు ప్రవహిస్తుంది. అంటే మనం పడుకున్నప్పటికంటే కూర్చుంటేనే ఎక్కువ energy మనకు లభిస్తుంది. That too కదలకుండా కూర్చుంటే ఇంకా ఎక్కువ energy నీ శరీరంలో చేరడానికి అవకాశం ఉంది.

అలా tremendous energy నా శరీరాన్ని నింపేయడంతో నా శరీరంలో pressure ఎక్కువ అయ్యి నేను confuse అయ్యి gas బయటకు వస్తుందేమో అని భ్రమపడ్డ రెండు రోజులు. అలా తలపై నుండి enter అయిన energy శరీరంలో ఎటూ పోలేక pressure పెరగడంతో శరీరం గుండ్రంగా ఊగడం మొదలయ్యింది. నా క్రింది భాగంలో తట్టుకోలేనంత pressure build up

అవడంతో క్రింది రెండు రంధ్రాలలో వత్తిడి పెరిగి ఏమి చేయాలో అర్ధం కాక అక్కడి కండరాలను బిగించి వదులుతున్న. పిడికిలి మూసి వదిలినట్లుగా.

నా కండరాలు చేస్తున్న పనికి ఆ energy పైకి తన్నింది. శరీరం కూడా రవ్వండుగా ఊగుతూ ఉండడంతో శరీరం లోపల tornado form అయ్యంది. అలా అతి శక్తివంతమయిన twister సుడులు తిరుగుతూ ఆ pressure ని క్రింది నుండి బయటకు పంపే దారి లేక పైకి తన్నింది. అంత energy తో కూడిన twister tremendous speed తో పైకి తన్నడంతో నాశరీరానికి నాలో బంధింపబడిన వాటికీ ఉన్న బంధనాలు (locks) వాటంతట అవే విడివడ్డాయి. అలా ఒక్కొక్క lock ని open చేస్తూ శక్తివంతమయిన సుడిగాలి పైకి వచ్చి తలలో చేరింది. నాకు అక్టోబర్ 31st 2012 జరిగిన అనుభవం ఇదే.

అప్పుడే ఇది అంతా అర్ధం అవుతూ ఉన్నా, ఆ సమయంలో దానిని explain చేయడానికి కావలసిన సరి అయిన జ్ఞానం లేక కేవలం జరిగేది గమనించుకుంటూ రాశాను నా మొదటి పుస్తకంలో. అప్పట్లోనే చెప్పాగా ఏదో ఒక రోజు ఇది అర్ధం అవుతుంది అని. దీనినే చాలా మంది చక్రాస్ open అయ్యాయని, అదే enlightenment అనీ అంటారు.

ఈ చక్రాలు సరి అయిన క్రమంలో open అవ్వాలి. ఈ క్రమంలో ఏ ఒక్క lock miss అయ్యి open అవ్వకపోయినా నువ్వు ఈ జన్మలో ముందుకు వెళ్ళలేవు. నీ ప్రయాణం ఇంతటితో ఆగిపోతుంది. నాతో కొద్ది మంది అన్నారు, ఎవరో వాళ్ళ గురువులు తల మీద చెయ్యి పెడితే ఏదో చక్రా open అయ్యిందని. అదే నిజమయితే, దయచేసి ఎవ్వరినీ మీ నుదిటిని కానీ, మీ తలను కానీ తాకనీయకండి. వాళ్ళు అలా చేయడం వలన మీకు చెడే కానీ మంచి జరగదు. ఎనర్జీ ని ఒకరి నుండి మరొకరికి pass చేయడం కుదరదు.

కాకపోతే ఒక group గా meditation చేస్తే, ఒకరికి ఎక్కువ or ఒకరికి తక్కువ energy వచ్చినా ఆ గదిలోని energy waves ఒకరి నుండి ఒకరికి nature ద్వారా pass అయ్యి అందరూ చూచాయగా ఒకే అనుభవాలను పొందుతారు. ఈ విషయం అనుభవపూర్వకంగా నేను experiment చేసి తెలుసుకున్న

విషయం. అదే కాక నా పెద్దక్క నాతో కలిసి phone ద్వారా meditation చేయడం వలన, ఒకే గదిలో కూర్చుని చేసినంత కాకపోయినా కొంత energy నా ద్వారా తనకూ pass అయ్యి కొన్ని చిన్న చిన్న అనుభవాలు జరిగాయి తనకు. నేను ఎప్పుడయితే తనతో meditation చేయడం మానేశానో తనకు అనుభవాలు జరగడం ఆగిపోయాయి.

నేను చెప్పొచ్చేదేమిటంటే అలా చేయడం మూలాన ఒక క్రమ పద్ధతిలో జరగవలసిన process జరగక, మీ ప్రయాణం అంతటితో ఆగిపోతుంది. సాధ్యమయినంత వరకూ ఒంటరిగా ధ్యానం చేయడానికి ప్రయత్నించండి. అది మీకు తప్పక శుభఫలితాలను ఇస్తుంది.

సరే అలా నా దగ్గరకు వచ్చిన అమ్మ రోజూ నాకు వేదం & ఉపనిషత్తులు నేర్పిస్తూ ఉండేది. ఏమి చేయాలో, మానవుని విధులేంటో, ఎలా నడుచుకోవాలో, ఏమి పాటించాలో, ఎలా బ్రతకాలో. ఇలా చాలా చాలా. నేను ప్రతీదీ clarity గా explain చేస్తూ పోతే ఈ 3 పుస్తకాలు సరిపోవు & మీకూ bore కొట్టవచ్చు + నాకూ ఎక్కువ సమయం లేదు. So, సాధ్యమయినంత క్లుప్తంగా చెప్పడానికి ప్రయత్నిస్తున్నాను.

ఇంతకుముందే చెప్పా కదా! నా time loop experience. ఒక్క క్షణం లో చాలా సేపు ఇరుక్కుపోయాను. You may think it's only a second, కానీ ఆ క్షణం లో నాకు జరుగుతున్న experiences అన్నీ రాశాను. But time మాత్రం స్తంభించిపోయింది. ఇక దానినుండి బయటకు రాలేనేమో అని అనిపించింది.

నా శరీరం, నాలోని జీవుడు & నాలోని ప్రకృతి అన్నీ ఒకే రేఖ మీద ఉండడం తో జరిగిన అనుభవం అది. చెప్పాగా ఏమి జరుగుతున్నా, ఎలా జరుగుతున్నా దాన్ని నిశ్శబ్దంగా గమనించి అనుభవించడం నాకు అలవాటు అయిపోయిందని.

So, ఈ time loop అనేది నిజమేనా అంటే YES!!! అక్షరాలా. నిజానికి time అనేదే లేదు.

Let's elaborate. ఈ time అనేది మన శరీరానికే కానీ మన ఆత్మకు కాదు. దానికి అసలు టైం అనేది ఉండదు. ఆత్మ పని మన ఆలోచనలను & చేస్తున్న పనులను గమనించి record చేయడమే. అదే "consciousness".

మన శరీరం, జీవుడు & ఆత్మ ఒకే దృష్టితో ఉంటే మనకు time గడవడం అనేది ఉండదు. మనలోని ఆత్మ స్థబ్దగా ఉన్నంత కాలం శరీర సమయం గడుస్తూ ఉంటుంది. శరీరాన్ని నిద్రపుచ్చి ఆత్మ ప్రయాణాన్ని అనుభవిస్తున్నప్పుడు శరీర కాలం ఆగిపోతుంది. ఇది కేవలం ధ్యానంలో ఆ stage కి చేరుకున్న వారికి మాత్రమే సాధ్యం. ధ్యానంలో ఎక్కువ సమయం గడిపితే శరీర వయస్సు slow అవుతుంది.

ఈ మధ్య తెలిసిన కొందరు నేను శరీరాన్ని కాదు, నేను శరీరాన్ని కాదు అంటూ చెప్పగా విన్నాను. అసలు ఏమయ్యింది వీళ్ళకు? శరీరం లేకుండా ఆత్మకు పుట్టుకే లేదు. అసలు సూక్ష్మాన్ని తెలుసుకోవాలంటే స్థూలాన్ని accept చేయాలి. ఇంత చిన్న logic ని ఎలా ignore చేస్తున్నారు వీళ్ళు?

ఏ జీవికి అయినా తనను తాను తెలుసుకోవాలి అంటే మానవ శరీరం కావాలి. అది పొందిన ఈ జన్మను సద్వినియోగం చేసుకోకుండా అసలు ఈ శరీరమే నేను కాదు అని practice చేస్తూ ఒక భ్రమలో బ్రతుకుతూ, వారిని నమ్మిన అమాయకులను కూడా నమ్మిస్తూ తప్పు దారి మళ్ళిస్తున్న వాళ్ళను ఏమనాలి?

అసలు శరీరమే నీది కానపుడు దాని పోషణ ఎందుకు? భోజనం ఎందుకు చేస్తున్నావు? బట్ట ఎందుకు కడుతున్నావు?

పంచభూతాలతో కలిసి వున్నదే శరీరం. అది నువ్వు అయినప్పుడే ప్రకృతి నీది అవుతుంది. ప్రకృతి నీది అయినప్పుడే ప్రకృతి రహస్యాలు తెలుస్తాయి. ప్రకృతి రహస్యాలు తెలిసినపుడే ఆ ప్రకృతిలో నీవెవరో తెలుస్తుంది. విశ్వం అంతా నిండి ఉన్న తల్లితో మమేకం అవ్వడానికి ప్రయత్నించండి. అమ్మ అద్భుతాలను చూపిస్తుంది.

నా జీవుని ప్రయాణంలో ఒక్క సమాధానం నాకు ప్రశ్నగా మిగిలిపోయింది. Book ద్వారా మీకు చెప్పవలసింది అంతా ముందే prepare చేసినా నాకు కావలసిన ప్రశ్న అక్కడి సమాధానంకు match అవ్వకపోవడంతో ఈ పుస్తకాన్ని ముగించలేకపోయాను. ఆ సమాధాననాన్ని వెతుక్కునే బాధ్యత నా శరీరానిదని ఆ రోజు నాకు తెలియదు.

అప్పుడు మేము ఉంటున్న ఇంటిలో కేవలం 2 సంవస్సరాలు మాత్రమే ఉందాము అని వచ్చాము. ఈ లోపు మాకు కావలసిన ఇంటికోసం వెతుకుతూనే ఉన్నాము. September 2023 కి గానీ మాకు కావలసిన ఇల్లు దొరకలేదు. ఈ లోపు 10 సంవస్సరాలు గడిచిపోయాయి. నేను ధ్యానం ఆపేసి & మేము ఈ ఇంటికి వచ్చి.

మన requirements కు తగ్గ ఇల్లు sale కు వచ్చింది వెళ్ళి చూద్దాం అని Kevin చెప్పడంతో, details ఏమీ అడగకుండా వెళ్ళా తనతో. ఆశ్చర్యం ఆ ఇంటి number 111. ఒక వారంలో ఆ ఇళ్ళు కొనేశాము. ఇంటి బయట అంతా బాగున్నా, లోపల మాకు నచ్చినట్లుగా remodeling చేయాలనుకున్నాము. ఆ పనులు జరుగుతున్నాయి ఒక పక్క, ఇంకో పక్క ఎప్పటినుండో 3వ సారి వెళ్ళాలి అన్న Mount Kailash trip కు plan కూడా సిద్దమయ్యింది. April 2024 లో కొత్త ఇంటికి మారి, June లో ఇండియా వెళ్ళి, July లో Mount Kailash వెళ్ళడానికి అన్ని ప్రయత్నాలు జరిగిపోయాయి.

ఈ సారి ఏదీ వదలకుండా నా ప్రయాణం successful గా పూర్తి చెయ్యదలిచాను. మొదటి సారి నాకు పెద్దగా తెలియని వాళ్ళ ద్వారా, వాళ్ళు వెళుతుంటే నేనూ వెళ్ళాను. రెండవ సారి భారతి గురువుగారు trip plan చేసి వెళుతుంటే వాళ్ళతో వెళ్ళాను. ఇది నా మూడవసారి. నా ప్రయత్నపూర్వకంగా, నేను plan చేసి ప్రారంభిస్తున్న "నా ప్రయాణం". తప్పక ఫలించాలి. నా ఈ ప్రయాణానికి plan set అయ్యింది. అక్కడే మిగిలిన నా రెండు పుస్తకాలను అదించాలనుకున్నాను.

ఇంతకు ముందే రాసి ఉంచుకున్న 2nd & 3rd books కి corrections చేసి దానికి ముగింపురాయాలని November 21st 2023 న కూర్చున్నా. పూనకం వచ్చిన దానిలా రాస్తూ రాస్తూ ఉన్నా చక చకా నాకు తెలియకుండానే. (ఈ శరీరం పుట్టిన దగ్గరి నుండీ నాలోని జీవుడు తన ఆదిని చేరుకోవడానికి తగినట్లుగా ఈ శరీరానికి ఏ విధంగా సహాయం చేశాడో, తాను చేసిన పనులేంటో, తనకు కావలసిన సందర్భాలను ఎలా సృష్టించుకున్నాడో రాశాను. నిజానికి ఈ శరీరానికి ఆ విషయాలు ఏమీ తెలియవు. ఆ రోజు రాసిందంతా నాలోని జీవుడే. ఈ విషయం మీకు తెలియవలసిన అవసరం లేదని + అది కూడా రాయాలంటే ఇంకో book పడుతుంది. నాకు ఇప్పుడు అంత time లేదు. అందుకే ఆ విషయాలు ఏమీ రాయడం లేదు.) ఎప్పటినుండో మిగిలిపోయిన ఒకే ఒక్క జవాబుకు కావలసిన ప్రశ్న ఆ రోజున దొరికింది. అది perfect గా match అయ్యింది. అప్పుడు అర్థం అయ్యింది నాకు "నా జీవితానికి నేనే బ్రహ్మని అని!"

అహం బ్రహ్మోస్మి!! అన్నది పూర్తిగా అనుభవించాను ఆ రోజుతో.

నాకు కావలసిన విధంగా నా life ని design చేసుకున్నాను. నా ఆయుషుని నాకు కావలసినట్లుగా మార్చుకున్నాను. నేను త్వరలో నా లోకాన్ని చేరుకోబోతున్నాను. ఈ లోపే అన్ని పనులూ ముగించుకోవాలి.

ఒక గమ్మత్తయిన విషయం చెప్పనా! నా జీవితానికి నా ధ్యానానికి ఎంత అవినాభావ సంబంధం ఉందో. Of course ధ్యానంలో చూసేవే జీవితానుభవాలు అనుకో. ఆత్మకు జీవుడు ఇల్లు. జీవునికి శరీరం ఇల్లు. శరీరానికి గృహమే ఇల్లు.

అమ్మ చనిపోయే నాటికే సొంత ఇంటిలో ఉంటున్నా, ఇంటివెనక ఉన్న lake ని & ప్రకృతిని చూస్తూ కాలం గడిపేస్తున్న నాలో ముందుగా మార్పులు మొదలయ్యింది ఆ ఇంటిలోనే. అప్పట్లో నాకు తెలియదు ఆ మార్పులు future లో చేయబోయే ధ్యానానికి పునాదులు అని.

సద్రుశ్య

ఆ తరువాత, మొదటి ఇల్లు ఎంతో నచ్చిందని 2011 లో నేను కొన్నాను. అది చాలా పెద్ద ఇల్లు. ఆ ఇంటిలోనే నేను ధ్యానం ప్రారంభించాను. శక్తి అమ్మ నా దగ్గరకు వచ్చింది ఆ ఇంటిలో ఉండగానే. నేను జీవాత్మతో కలిసి ప్రకృతి సాయంతో విశ్వం అంతా తిరిగి వచ్చి బాహ్య ప్రయాణం పూర్తి చేశాను. ఆ ఇంటిలో కేవలం 1 సంవత్సరం few months మాత్రమే ఉన్నాము.

రెండవ ఇల్లు Kevin కొన్నాడు 2012 లో. కేవలం couple of years ఉండి మారిపోదాం అని 2013 న ఈ ఇంటికి వచ్చిన వాళ్ళం 11 సంవస్సరాలు ఇక్కడే ఉండిపోయాము, మాకు నచ్చిన మరొక ఇల్లు దొరకక. అయితే ఈ ఇల్లు కొన్న తరువాతే తండ్రి నా దగ్గరకు వచ్చారు. జీవునిగా నాలోకి నేను ప్రయాణించి అతః ప్రయాణం పూర్తి చేశాను.

మూడవ ఇల్లు. ఇది నేను కెవిన్ కలిసి కొన్నాము. ఇలాంటి ఇంటి కోసం 2003 లో Florida కు shift అయిన దగ్గరి నుండీ ప్రయత్నిస్తుంటే ఇప్పటికి దొరికింది. నా లోని ప్రకృతి ప్రయాణం, పురుషుని ప్రయాణం ముగిసిపోయి 11 సంవస్సరాలు అవుతుంది. ఇప్పుడు మిగిలింది నా శరీర ప్రయాణం మాత్రమే. ఆ రెండూ ఎప్పుడో ఆదిని చేరుకున్నాయి. ఇక చేరవలసింది కేవలం ఈ శరీరం మాత్రమే. ఉద్ధితం చేసి అంతా తుడిచి పెట్టాలి. By the way ఈ ఇంటి number 111.

నేను November 21st న రాసింది మచ్చుక్కి కొంచెం చెబుతా.

ఒక సలహా!

సలహా అనేది ఎవ్వరికీ ఎప్పుడూ ఇవ్వకూడదు. Unless వాళ్ళు అడిగితే తప్ప. ఒకవేళ వాళ్ళు సరి అయిన decision తీసుకోకపోతే or వాళ్ళు తీసుకున్న decision మంచిది కాదు అని మీకు అనిపిస్తే, నేను అయితే ఇలా చేస్తాను. ఎందుకంటే ఇలా చేయడం వలన దాని ఉపయోగం ఏంటి, ఫలితం ఎలా

ఉండొచ్చు & ఆ పని అలా చేయడం వలన దాని purpose ఎలా fulfill అవుతుందో చెబుతా. అంతే కానీ ఒకళ్ళు తప్పు చేస్తుంటే, అందరిలా or కొందరిలా, నాకెందుకులే అని ఊరికినే చూస్తూ కూర్చునే మనిషిని కాను నేను.

దీని వల్లనే నేను నా కుటుంబానికి దూరం అయ్యాను. ఎందుకంటే వారి తప్పులను నేను వేలెత్తి చూపించేదానిని ఒకప్పుడు. Correct గా ఎలా చేయాలో తెలియక అలా చేస్తున్నారేమో అనుకుని.

నాకు ఈ జన్మతో రుణపడి ఉన్న & ఈ జన్మకు కారణమైన నా కర్మను తప్పక పూర్తి చేసుకుని తీరాలి. నేను ఎవరికోసమో or ఒకరిని సంతోషంగా ఉంచడం కోసమో, నా ఈ జీవితాన్ని వృధా చేయదలచుకోలేదు. మరియూ నా పని నేను పూర్తి చేయకుండా జన్మ చాలించాను అన్న అపనింద & దాని కర్మానుసారం నాకు వద్దు.

నా బాధ్యతే నాకు సర్వం. నా జీవిత లక్ష్యాన్ని నేను తప్పక పూర్తి చేసుకునే ఈ లోకం వదలాలి. నేను త్వరగా వెళ్ళిపోవాలి. రక్తం పంచుకు పుట్టింది ఈ కుటుంబంలోనే అయినా ఈ శరీరం ఉన్నంత వరకే ఈ బంధుత్వం. చిన్నతనం నుండీ వీళ్ళకు దూరంగా ఉండడానికే ప్రయత్నించాను. నిజానికి నా తల్లిదండ్రులను మొదటి నుండీ కోరుకున్నది కూడా ఇదే. నాకు కేవలం నావాళ్లు అనుకునే నలుగురు చాలు, నన్ను దుర్మార్గుల నుంచి దూరంగా ఉంచండి అని.

నిజానికి ఈ కుటుంబ సభ్యుల మధ్య అయితే నా లక్ష్యం నేను అనుకున్న విధంగా పూర్తి అవుతుంది అని, నేను ఎంచుకుని వీరి మధ్యకు వచ్చాను. నా plan perfect గా workout అయ్యింది. నాకు ఎవ్వరి ప్రవర్తన మీద ఏ regret లేదు. Moreover, నా కర్మలను పూర్తి చేయడానికి సహకరించినందుకు నేనే thanks చెప్పాలి.

నేను చెప్పొచ్చేదేమిటంటే ఈ జీవితం ఎందుకు వచ్చిందో, దాని లక్ష్యం పూర్తి

చేయగలగడమే '0' Balance. దీనినే మనం చెడ్డ & మంచి కర్మలు అని అంటాము. ఈ balance '0' అవ్వనిది మీకు మోక్షం రాదు.

మోక్షం రాకపోగా balance ఉన్న కర్మలు అనుభవించడానికి ఇంకొక శరీర జీవితం అనుభవించాలి. ఎవరి ఆనందం కోసమో నేను ఆ పని ఎందుకు చేస్తాను?

సరే ఇదంతా పక్కన పెడితే, ధ్యానంలో నాకు తెలియకుండా నేను ఆవేశంగా తీసుకున్న నిర్ణయం ఏంటంటే, కనీసం 10 మందిని అయినా మార్చగలిగితే ఈ జన్మ ధన్యం అని. నా ఈ ఆలోచన & బాధ్యత successful గా పూర్తిచేయనిది నేను ఈ శరీరాన్ని వదిలి వెళ్ళలేను.

నాకు తెలిసో, తెలియకో ఈ 10 మంది మారిన వెనువెంటనే వెళ్ళే సమయం వచ్చినట్లు. నా ఈ 10 మంది రెడీ అయ్యే సమయం వచ్చేసింది. ఇది నేను already నా vision లో చూశాను. ఇది తప్పక జరిగి తీరబోతున్న నా future prediction. ఇది పూర్తి కావడానికి 40 సంవత్సరాలు పడుతాయి అనుకున్నా. అలా అనుకోవడానికి కూడా ఒక కారణం ఉంది. అలా ఎందుకు అనుకోవలసి వచ్చిందో తర్వాత explain చేస్తా.

ఈ 10 మంది కోసం + ఎప్పటినుండో ప్రశ్న దొరకని ఒక సమాధానం కోసం wait చేశా ఇన్నాళ్ళు. ఇప్పుడు నాకు ఆ ప్రశ్న తెలిసిపోయింది. బ్రహ్మ రాసిన సమాధానాన్ని నేను మార్చుకోగలిగే శక్తి నాకు వచ్చింది. నా రాతను నేను ఇష్టపూర్వకంగా మార్చుకుంటున్నాను. ఇక్కడ మీకో నిజం చెప్పాలి.

నేను నా మొదటి పుస్తకంలో అక్టోబర్ 31st న జరిగింది మీకు పూర్తిగా చెప్పలేదు. ఆ రోజు కూడా అక్కతో phone లో ఉన్నా meditation చేస్తూ. నాకు chakras open అయ్యే process జరుగుతూ ఉండగా అక్క ధ్యానం అయిపోయి, నాది అయిపోయింది నేను లేస్తున్నా అని మాట్లాడడంతో టక్కున ఇహ లోకంలోకి వచ్చి నేనూ లేచాను. కానీ శరీరంలో energy tremendous

గా pass అవుతూ ఉండడంతో మరలా నేను ఒక్కదానినే పై గదిలోకి వెళ్ళి ధ్యానం చేశాను. అలా last చక్రా open అవ్వడానికి ఒకే రోజు అయినా కొంత gap వచ్చింది.

ఇన్నాళ్ళు ఈ gap ఎందుకు వచ్చింది? అన్న doubt ఉండేది. నిజానికి అక్క disturb చేయడం వలన వచ్చినా, అమ్మ కావాలనుకుంటే దీనిని ఆపగలదు. కానీ అలా జరగలేదు. అంటే దీనికి బలమైన కారణం ఉండి ఉండాలి అనుకున్నాను. ఇప్పుడు దీనికి clarity వచ్చింది. Gap లేకుండా chakras open కనక అయ్యి ఉంటే, వెంటనే నేను వెళ్ళిపోవలసి వచ్చేది నా కార్యం నెరవేరకుండానే. ఆ కొద్ది క్షణాల gap వలన, నేను ఇన్ని సంవత్సరాల మానవ జన్మను అనుభవిస్తాను అని ఆ క్షణం నాకు అర్థం కాలేదు. ఇది నా ఆత్మ ప్రయాణం & శరీరం నుండి దూరం అవ్వడానికి పట్టే కాలం.

అప్పటిదాకా నేను ఆ పిన్నీసులు లాంటి ఈ పాంచభౌతిక శరీరం తో కప్పబడి ఉన్నాను. మొక్ష మార్గంలో enter అవుతూ నాలో ఉన్న పంచభూతాలను వదిలేసి వెళ్ళాలి అని తెలిసినా, నా నుండి బయటకు తీశానే తప్ప వాటిని మరలా అడిగి తీసుకుని నా వెంట ఉంచుకున్న. ఇది నా జీవుడి ప్రయాణం & శరీరం నుండి దూరం అవ్వడానికి నాకుగా నేను నిర్ణయించుకున్న నా జీవిత కాలం.

అలా నా జీవితాన్ని నా చేతిలోకి తీసుకోగలిగాను. నిజానికి ఈ కోరిక కూడా తల్లిదండ్రులను నేను కోరుకున్నదే. నేను శరీరంతో ఉండగానే already యమలోకం కూడా దాటుకుని నా గమ్యాన్ని, నా కుటుంబాన్ని చేరుకున్నాను. అది అంతా already మీకు చెప్పాను. ఇస్పుడు కేవలం శరీరం ఒక్కటే wait చేస్తుంది. నా లక్ష్యం పూర్తి అయిన వెంటనే, ఇక నాకు దీని అవసరం కూడా ఉండదు. సరి అయిన సమయం కోసం ఇన్ని సంవత్సరాలు దీనికోసమే wait చేస్తున్నా.

నేను ఈ శరీరం నుండి విముక్తి రాలిని అవ్వాలి. అందుకే నాకు సరస్వతి అమ్మ

అంత గొప్ప వరం ఇచ్చినా అప్పటికే '0' balance చేసుకున్న నేను, ఇప్పుడు ఆ బిడ్డకు తల్లినయితే మరికొన్ని కొత్త కర్మలు చేయవలసి వస్తుంది. ఆ బాధ్యత నాకు నేను తీసుకోవడం వలన నా కర్మలు పెరుగుతాయి. నా కోరిక తీరకుండానే నాకు జ్ఞానం వచ్చినందుకు ఆనందంతో ఆ వరంను తిరస్కరించాను.

కానీ తల్లిగా సరస్వతి అమ్మ మాట వృధా పోదుగా, అందుకని అప్పటిదాకా నా చిరకాల వాంఛ నేనూ తల్లి నవ్వాలి. ఒక్క సారైనా బిడ్డను మోసేటప్పుడు కలిగే అనుభవాలు నేను చవి చూడాలి. ఒక్కసారి అయినా నా బిడ్డకు పాలిస్తే ఎలా ఉంటుందో తల్లిగా అనుభవించాలి అన్న నా కోరిక ఏదయితే ఉందో అది ful-fil అవ్వాలంటే నేను బిడ్డను మోయక తప్పదు. బిడ్డ పుట్టాక, మరి వాడికి ఒక లోకం తయారు చేయాలి కదా! అందుకే వాడు పెరిగే వయసు వచ్చేసరికి వాడికి పట్టాభిషేకం జరిగి కొత్త లోకమును అప్పగించాలి కదా!

అందుకని వాడు పుట్టక ముందే, నాకు నేను పరిచయం కాకముందే వాడి కోసం ఒక కొత్త లోకంను సృష్టించాను. ఎందుకంటే నాలో ఉన్న ఈ నాకు తెలుసు నేనెవరో. దీని బాధ్యత పూర్తయిపోయింది. అంటే నేను ఉన్న ఈ శరీర బాధ్యత తీరిపోయింది.

అప్పటికే కర్మలను పూర్తి చేసుకున్న నేను, వాటిని balance చేసుకుంటూ వస్తున్నా. ఎవరికైనా ఏదైనా ఇస్తే వారి నుండి ఏదో ఒకటి నా శ్రమకు మాత్రమే తగ్గ ఫలితాన్ని ఆశించి, అడిగి మరీ తీసుకోవడం మొదలెట్టాను. ఎప్పటికప్పుడు మంచి, చెడులను balance చేసుకోవడం మొదలెట్టాను. నాకు నేనుగా కావాలని, కార్యసాధనకు జన్మించాలి కానీ, ఈ కర్మల వలన వచ్చే జన్మ నాకు వద్దు. ఈ పనికి నేను పూర్తిగా వ్యతిరేకిని.

నేను ఎక్కడా ఒక్క చోట స్థిరంగా ఉండలేను. అందుకే traveling hobby గా పెట్టుకుని, tours ఎక్కువగా వెళుతూ ఉంటా. ఏ పని ఉన్నా ఆ పని వెనువెంటనే పూర్తిచేసుకుని, త్వరగా వేరొక పనిని చేయాలి అనే ఆలోచనని

పెట్టుకుని వచ్చాను. అలా నా స్వభావానికి తగ్గట్టు, నా బాధ్యతలను, పనులను కూడా పూర్తిగా '0' చేసుకున్న.

నా సమయం వచ్చే దాకా ఈ శరీరం లో జీవించాలి కాబట్టి, ఎవరికి ఏ పని చేసినా ఏదో ఒక రూపంలో నేను లబ్ధిని పొందుతూనే ఉన్నాను. కొన్ని తెలిసి, కొన్ని మీకు తెలియక. నా ఈ శరీర జీవితానికి సంబంధం ఉన్న ప్రతీ ఒక్క సంబంధం తో ఏ balance లేకుండా చూసుకుంటూ వచ్చాను.

అసలు అంత కర్మ అనుభవించి, ఇన్ని బాధలు అనుభవించిన ఈ జీవితం ఎందుకూ అంటే, ఈ భూమి త్వరలో అంతం కాబోతుంది. ఇది అర్థాంతరంగా అంతం అయితే ఇప్పటిదాకా చేసిన సృష్టికి, పడ్డ కష్టానికి, పడ్డ శ్రమకీ కూడా ఫలితం ఉండాలిగా. అందుకే ఆ కొత్త సృష్టిని నాకు పుట్టిన బిడ్డతోనే start చేశాను. అలా నేను పొయ్యే ముందు నా బిడ్డను ఒకసారి చూసి రావాలని ఆ కొత్త లోకానికి వెళ్ళి వచ్చాను. అక్కడ already కావలసిన సృష్టి జరిగిపోయింది. ఇంతకు ముందే చెప్పాగా మన భూమి మీదే ఉన్న జీవరాశులలాగే కొద్ది మార్పులతో మరొక సృష్టి జరిగింది అని. దానికి మొదటి సృష్టి నా బిడ్డతోనే ప్రారంభం అయ్యింది అని.

నా ప్రమేయం లేకుండా వాడు పెద్దవాడు అవుతున్నాడు. వాడి growth చాలా fast గా ఉంది. వాడికి కావలసినంత సరైన సైన్యం సమకూర్చి పెట్టడానికి అమ్మ సహాయం చేసింది. కానీ నా బాధ్యత అంతటితో తీరిపోలేదు. అందుకే నేను మోక్షగుమ్మం దాటి లోపలికి వెళ్ళబోతూ మరలా నా పిన్నీసులను నేను అడిగి తీసుకున్నాను. పిన్నీసులు అంటే ఇంకా నేను అంటిపెట్టుకున్న ఈ పంచభూతాలు. అవి నా దగ్గర లేనిది నేను నా పనిని పూర్తి చేయలేను.

నేను కేవలం జరిగింది, చేసింది, చూసింది మాత్రమే చెబుతున్నాను. దీనిని మాత్రమే మీకు వివరిస్తున్న. Behind the screens ఏమి జరిగింది, ఎలా జరిగింది అన్నది మీకు చెప్పడం లేదు. నేను చేసిన ప్రతీ పనికి ఒక కారణం ఉంది. నా గురించి మీకు ఇలా చెప్పుకుంటూ పోవాలంటే ప్రతీ రోజు గురించి, ప్రతీ కర్మ గురించి వివరంగా చెప్పగలను. కానీ అంతలా నా గురించి

తెలుసుకోవాలని కానీ, నేను ఆ పని ఎందుకు చేశానో నేను చెప్పినా ఇక్కడ వినడానికి ఏ ఒక్కరూ సిద్ధంగా లేరు.

ధ్యానం గురించి చెప్పాలన్నా ఎవ్వరూ వినే స్థితిలో కూడా లేరు. అలా పరిగెట్టే బస్సు ఎక్కించి నన్ను ధ్యానం అంటే ఏమిటో చెప్పు, ధ్యానం అంటే ఏమిటో చెప్పు అని అడుగుతున్నట్లుగా ఉంది ఈ ప్రస్తుత కాలం. ధ్యానానికి సరి అయిన meaning కూడా తెలియని దొంగ సన్యాసులు మొదలయ్యారు. చెప్పే వాళ్ళకు జ్ఞానం లేదు, వినేవాళ్ళకు తెలివి లేదు.

అక్కలు నన్ను గదిలో పెట్టి బంధించడం అనేది నా మంచికే జరిగింది. నా లక్ష్య సాధనకు, నాకు జరిగిన, జరుగుతున్న, జరగబోయే పరిణామాలకూ పూర్తి బాధ్యత నాదే! ఈ కుటుంబంలోని వ్యక్తులు అలా ప్రవర్తిస్తారు కాబట్టే నేను వారి మధ్యకు వచ్చాను. అలా గదిలో బంధీనయినా, నా లక్ష్యానికి కావలసిన ధైర్యం నాకు రావడం లేదు. అది రావాలి అంటే ప్రారంభం పునాదిలోనే జరగాలి.

అలా జరగాలీ అంటే నన్ను అంటే పెట్టుకుని అక్కలనుండి నా తల్లి నన్ను ఎప్పుడూ కాపాడుతూ ఉండేది. నాకు ఇవి అన్నీ తెలుస్తూనే ఉన్నా, నా శరీరానికి ఇవేవీ పట్టడం లేదు. నా శరీరం దానికి సిద్ధంగా లేదు. దానికి భయాన్ని పరిచయం చేసి, దానిని ఎదిరించి నిలబడగలిగే ధైర్యాన్ని అలవాటు చేయాలనుకున్నా. అందుకే నాలో ఏ కష్టాన్ని అయినా, భయానికయినా ఎదిరించి నిలబడగలిగే మొండితనాన్ని పెంచుకున్నా. ఈ భూమి మీద మబ్బులు నా మాట వింటాయి.

అది యాదృచ్చికంగా అడిగిన నా చిలిపి ప్రశ్నకు అమ్మ నాకిచ్చిన వరం. ఒకసారి నేను తనను కలిసినప్పుడు అక్కడి మబ్బులు చూసి ముచ్చటపడి వీటి మీద నడవొచ్చా అని అడిగా. ఇక్కడ కాదు, ఇప్పుడు కాదు, నువ్వు నీ ధ్యానంలో ఉన్నావు శరీరంతో. కావాలంటే భూమి పైన నీ ఇష్టం వచ్చింది చేసుకో అన్నది.

అందుకే మేఘాలతోటి నన్ను, నా శరీరాన్ని వెంబడించమని చెప్పాను. దానికి నా శరీరం ఉక్కిరి బిక్కిరి అవుతుంది కానీ ధైర్యం రావడం లేదు. ఇంకా ధైర్యం చాలడం లేదు నా శరీరానికి. ఇది అంతా త్వరగా జరగాలి అంటే ఎల్లప్పుడూ నన్ను కాపాడుకుంటూ వచ్చే అమ్మ నా దగ్గర ఉండకూడదు.

ఇక్కడ మీకు past & present కలిసినట్లుగా అనిపించవచ్చు. ఇంతకుముందే చెప్పాగా time అనేది కేవలం శరీరానికి మాత్రమే! జీవాత్మకు ఈ time తో సంబంధం లేదు.

అలా జరగాలీ అంటే నా నుంచి అమ్మ, నాన్నను దూరంగా పంపాలి. వాళ్ళు నా కోరిక తీరడానికి కావలసిన కర్మను అనుభవిస్తున్నారు కాబట్టి, దానికి తగినట్లు వారికి సంపాదన ఇచ్చాను. డబ్బులు చెట్లకు కాసేంతగా వారికి సహాయం చేశాను.

అక్కల పుణ్యమా అని పైన ఉన్న గదిలో ఒక్కదాన్నే పడుకునే ధైర్యం వచ్చింది కానీ అది నా లక్ష్యసాధనకు సరిపోదు. నా లక్ష్యానికి కావలసిన ధైర్యం రాకపోవడంతో నన్ను నాకు చూపిస్తే అన్నా నిజం తెలుసుకుని ధైర్యంగా ఉంటానని నా దగ్గరకు వచ్చి పలకరించబోయా! కానీ నన్ను నేను చూసి గుర్తించలేక భయపడుతున్న నన్ను చూసి బాధతో తిరిగి వచ్చేశా.

అప్పటికే నేను చందమామ కథలు చదవడం, డైరీ రాయడం మొదలు పెట్టా. దానిలో భాగంగా ఒక కథ చదివి, ఆ కథ ద్వారా పూర్తిగా భయం పోయి ధైర్యం వచ్చిన నాకు నాలోని ఒక నన్ను పరిచయం చేయాలని, అర్ధరాత్రులు వచ్చి నన్ను నేను నిద్ర లేపడానికి ప్రయత్నించే దానిని. అది సరి అయిన సమయం కాదు, నాలో ఇంకా నన్ను తెలుసుకునే జ్ఞానం లేదు. దాసికి ఇంకా సమయం ఉందని నన్ను నేను నా శరీరంలో అంతరంగాల్లో పాతిపెట్టుకుంటూ, నన్ను నేను బయటకు రానీయకుండా భందించుకుంటూ, ఇన్నాళ్ళు నా జీవాత్మ నాకు కల రూపంలో నా దగ్గరకు వచ్చి చెబుతున్నా, ఇది తెలియని నా శరీరం వెళ్ళి అమ్మకు complaint చెయ్యబోతూ, అదేంటి నన్ను నేను పాతిపెట్టుకుంటే, మరి ఇప్పుడు బ్రతికే ఉన్నాను కదా! మరి అమ్మకు ఏమి

చెప్పాలి అనుకుంటూ, నన్ను నేను సర్ది చెప్పుకుంటూ సరయిన ఈ సమయం కోసం ఇలా ఎదురుచూస్తూ ఉన్నా.

ఈ సమయం రావాలి అంటే నేను, ఎన్నో బాధలు అనుభవించాలి. మోక్షం ఊరికినే ఎవ్వరికీ రాదు కదా! అది రావాలి అంటే నాకు శ్రమ తప్పదు. ఎందుకంటే నా balance ఎప్పుడూ '0' నే కావాలి. అంటే నేను చేసిన ప్రతి పనికీ ఆ కర్మ కు కావలసిన సాయాన్ని '0' తో balance చేసుకుంటూ వచ్చాను, న్యాయబద్ధంగా, ధర్మబద్ధంగా.

అలా ధైర్యంగా నిజాయితీకి కట్టుబడి ఉండాలి అంటే మొండిగా ఉండటమే మార్గం అని అలా ఉండటం అలవాటు చేసుకున్నా. కర్మలు పెంచుకోకుండా, ప్రతి పనినీ balance చేసుకుంటూ వచ్చా. ఈ శరీరంతో చేయించా.

అలా నేను చేసిన ప్రతి కర్మనూ, ప్రతీ అవతారాన్ని తెలుసుకుంటూ, దాటుకుంటూ చాలా ఫాస్ట్‌గా నా ఆదిని వెతుక్కుంటూ ప్రయాణిస్తున్న నాకు, చెప్పాగా అనుకోకుండా ఒక తుంటరి ఆలోచన వచ్చింది. అదే ఒక్క 10 మంది అయినా మారితే బాగుండు అని. నా ఆదిని ఇంకా కలుసుకోని నేను, ఇక్కడకు ఎందుకు వచ్చాను అన్న విషయం మర్చిపోయ అలా ఆలోచించా. ఈ ఒక్క చిన్న ఆలోచన వల్ల నా life span ను నాకు తెలీకుండానే నేనే పెంచుకున్నాను.

దీనికీ కారణం ఉంది. నేను అలా చేస్తే నా ఈ జీవితానికి అర్థం లేదు. నేను చేయాలనుకున్న పని ఎలా పూర్తి చేస్తాను? పని పూర్తి చేయకుండానే వెళ్లి పోతున్నట్లు స్పష్టంగా తెలుస్తుంది.

అందుకే మనసు ఎంత ముందడుగు వేయమన్నా, తల్లిదండ్రులు ఇంక వచ్చేసెయ్యి అని అడుగుతున్నా, మొండిగా నా లక్ష్యసాధనే ధ్యేయంగా, ఇంక next stop లో ప్రయాణం ముగుస్తుంది, అదే final stop అని తెలిసినా train దిగిపోయాను.

ముందే చెప్పాగా నా లక్ష్యం. ఈ భూమి అంతా destroy అయిపోవడానికి ముందుగా నా వంతు ఒక చిరు ప్రయత్నం ఈ నా జీవితం.

ఇది అంతా తెలుసుకుని మీకు నిజం చెప్పాలీ, ఈ process అంటూ ఒకటి ఉంది మారండి. ఇది ఒక్కటే మీ లక్ష్యంగా పెట్టుకోండి, కర్మలను balance చేసుకోండి. మిమ్మల్ని మీరే బాగుచేసుకోలేని వాళ్ళు ఎదుటివారిని ఎలా ఉద్ధరించగలరని వారికి సలహా ఇస్తారు! నాతో సహా మీరూ ఈ సలహా అనే కర్మకు పూర్తిగా అనర్హులు. కేవలం నిజాన్ని తెలియజేయడమే నా బాధ్యత.

మీరు చేయాలనుకున్న పని పూర్తిగా మీకు నచ్చితేనే చేయండి. మీ మనసు ఏదయితే చెబుతుందో అదే చేయడానికి ప్రయత్నించండి. స్వార్థంతో ఆలోచించకండి. చెప్పాగా ఎదుటివారి సలహాను అస్సలు తీసుకోకండి. వారి ఆలోచనలు వారి వారి కర్మలకు తగ్గట్టుగా ఉంటాయి. అది వారి తప్పు కాదు. ఎందుకంటే కర్మానుసారం వారు ఏమి చేయాలో, వారికి అదే ఆలోచన వస్తుంది కాబట్టి. అచ్చు నేను మీకు meditation చేయండి అని సలహా ఇస్తున్నట్లుగా.

ఒకరి అభిప్రాయాలనూ, నిర్ణయాలనూ మనసు చంపుకుని అనుసరించవద్దు. ధ్యానం అలవాటు చేసుకోండి. నీవెవరో ఎందుకు వచ్చావో, నీ లక్ష్యం ఏమిటో తెలుసుకోవడానికి ప్రయాణం మొదలు పెట్టండి.

నేను ఈ జన్మ తీసుకోకపోవడానికి మునుపు నేను చేసిన perfect plan & complicated calculations ఇవే. ఇవే నా దారిలో నేను చూశాను. అప్పుడు అవి నాకు అర్థం కాలేదు. ఎప్పుడో ఒకసారి వాటికి clarity వస్తుందని అప్పటికి ఆ experiences గురించి ఎక్కువ ఆలోచించలేదు.

న్యాయం నాకు వాహనాన్ని ఇచ్చింది. నేను ఇంకా తొందరగా నా లక్ష్యం వైపు పరిగెత్తడానికి. అదే సమయంలో మా గురువయిన బృహస్పతి వచ్చారు. నా లక్ష్యసాధనకు కావలసిన తెలివితేటలను ఎలా పొందాలో, నా ఆలోచనలను

 సదృశ్య

ఎలా మళ్లించాలో, నిద్రలో కూడా నేను, నాకు వచ్చే ఆలోచనను కూడా ఎలా లక్ష్యం వైపు సాగేట్లు చేసుకోవాలో చెప్పి నన్ను ప్రోత్సహించారు.

ఆయన నా దగ్గరకు రావడానికి కారణం, అప్పటికే కాలచక్రం దాటిన నేను, ఎటు పోవాలో దిక్కుతోచక తిరుగుతూ ఉన్నా. ఆ సమయంలోనే సాలెగూడును చూడటం జరిగింది, backyard లో. దానినే తదేకంగా మైమరచి చూస్తున్న నాకు నా ప్రయాణం ఎటు వైపుకు మళ్యాలో అర్థం అయ్యింది. అలా నాలో నేను దూరడానికి ప్రయత్నించాను. ఇది మీరు చదివినంత సులభం కాదు.

అసలు ఏమి జరిగిందో చెబుతా... అప్పటికే నా పుట్టుక నుండి ప్రయాణం చేస్తూ, నా బాహ్య ప్రపంచం (ఊర్ధ్వలోకాలు) అంతా తెలుసుకున్న నాకు నా తల్లిదండ్రులు ఎక్కడా కనిపించలేదు. వాళ్ళు నా దగ్గరకు వస్తున్నారు కానీ, నేను వెళ్లి వారిని దర్శించుకోవాలన్నది నా కోరిక. ఎక్కడికి వెళ్యాలా అని ఆలోచిస్తున్న నాకు, ఆ సాలెపురుగు తన గూడును అల్లడం చూశాక నాకు ఐడియా వచ్చింది. నేను తల్లిదండ్రుల నుండి విడివడి వచ్చాను కాబట్టి, వచ్చిన దారిలోనే వెనకకు వెళ్ళగలిగితే వాళ్ళను సులభంగా చేరుకోవచ్చు అని.

కానీ ఈ నిజం తెలిసే సమయానికి నేను పూర్తిగా శరీరాన్ని వదిలి బయటకు వచ్చాను. ఇప్పుడు నా శరీరం నాకెంత ముఖ్యమో నాకు అర్థం అయ్యింది. ఏదైనా అర్థం చేసుకోవడం వేరు, దానిని practical గా అనుభవించడం వేరు. అలా అతి కష్టంతో నా శరీరంలోకి దూరడానికి ప్రయత్నించాను. ఆ ప్రయత్నంలోనే నేను అధోలోకాలు గుండా ప్రయాణించడం మొదలెట్టాను.

ఇక్కడ మీకు details లోకి వెళ్ళనుకానీ, simple గా ఒక secret చెబుతా. నా పుట్టుక నుండి ప్రయాణిస్తూ ఊర్ధ్వలోకాలు తిరిగాను అన్నా కదా! ఈ ప్రయాణంలో మన చివరి క్షణాలు మాత్రమే చూస్తాము. అంటే ధరించిన ప్రతి శరీరం వదిలి వెళ్ళే ముందు క్షణాలు మాత్రమే చూస్తాము. ఇక ఈ అంతః ప్రపంచం లోకి వస్తే మనం ఎందుకు జన్మ తీసుకుంటున్నామో, ఎక్కడ ఎవరి

కడుపున పుడితే మన కర్తవ్యం నెరవేరుతుందో, ఏ కుటుంబంలో జన్మించాలో, ఏ తల్లి కడుపున పుట్టాలో, తల్లి గర్భంలో పడ్డ క్షణం నుండీ ఆ శరీరాన్ని వదిలి వెళ్ళే ప్రతీ క్షణం మరలా అనుభవిస్తాము. అంటే నీ గురించి నువ్వు సంపూర్తిగా తెలుసుకునే అతి ముఖ్యమైన ప్రయాణం ఇది.

ఇది చెప్పినంత త్వరత్వరగా అయ్యే ప్రయాణం కాదు. మన ప్రతీ ఒక్క జన్మా క్షుణ్ణంగా అర్థం చేసుకుంటూ వెనుకకు సాగే ప్రయాణం ఇది.

ఆ....! ఇప్పుడు వస్తాను ఆ వంశవృక్షానికి. అన్ని లోకాలూ తిరిగిన నాకు నా తల్లిదండ్రులు కనిపించడం లేదు. ముందుగా పంచభూతాల సాయంతో బాహ్య ప్రపంచం మాత్రమే ప్రయాణించగలిగాను.

నిజానికి విశ్వం అంతా మనలోనే ఉన్నా, మన ప్రయాణం ఒక loop లో 8 ఆకారంలో ముందుకు ప్రయాణం సాగుతూ ఉంటుంది. ఈ loop ను ఛేదించడానికి చేసేదే ధ్యానం. ఈ loop ఒక మాయతో సృష్టించబడింది. ఇంకా clarity గా చెప్పాలీ అంటే మనం ఈ loop లో బంధీలయ్యి నీ ప్రపంచాన్ని నువ్వు సృష్టించుకుంటూ అదే నిజమనుకుంటూ జన్మలను పెంచుకుంటూ నిజాన్ని మర్చిపోయి, నువ్వు సృష్టించుకున్న మాయా ప్రపంచంలో బ్రతికేస్తూ ఉండడమే మాయా ప్రపంచం.

ఎందుకంటే ఇది దేవుని సృష్టి కాదు. నీకుగా నువ్వు చేసుకున్న కర్మల వలన ఈ loop లో ఇరుక్కుపోయి, దీని నుండి బయటకు రాలేక, ఎలా బయటకు రావాలో కూడా తెలియనంతగా బంధీ అవ్వడమే కూడు! మనం సృష్టించుకున్న ప్రతీ ఒక్కటీ నాశనం అయ్యేవే. అదే దేవుని సృష్టి అయితే దానిని నాశనం కాదు కదా, అందుకోవడం కూడా ఎవరితరమూ కాదు. ఒక్క సారి ప్రశాంతంగా కూర్చుని ఆలోచిస్తే మీకే అర్థం అవుతుంది.

సరే దేవుని సృష్టి అందుకోలేనప్పుడు ఈ భూమి ఎలా నాశనం అవుతుంది అని

మీకు doubt రావాలి. మనలోని పంచభూతాల వలన మన శరీరం ఎలా నాశనం కాకుండా బ్రతికి ఉందో, అలానే ఈ భూమి పైన పంచభూతాలు సమతుల్యంలో ఉన్నంత వరకూ మీకు ఏ లోటు లేదు. అది imbalance అయితే మాత్రం శరీరంలోని ప్రాణం పోయినట్లు, ఈ భూమి కూడా అంతరించిపోతుంది. అది మీ చేతుల్లో మీ ప్రవర్తనలో ఉంది.

మనిషిగా మన కళ్ళతో చూసేదంతా, మనకు కనిపించేదంతా నిజం కాదు. ఎందుకు నిజం కాదు అంటున్నానంటే, ఇది అంతా ఏదో ఒక రోజున నాశనం అయిపోతుంది. అసలు నాశనం కానిది ఏంటో అణువణువునా... అంతటా నిండి ఉంది. అది మామూలు కంటికి కనిపించదు.

అంటే శరీరం ఏర్పడేదీ నశించేదీనూ. జీవాత్మ అలా కాదు. శరీరాన్ని ఎంచుకొని వచ్చి చేరుతుంది. దాని పని అయ్యాక వదిలేసి వెళ్ళిపోతుంది. జీవాత్మ ఎప్పటికీ, ఎన్ని జన్మలెత్తినా ఒక్కలాగే ఉంటుంది. చిన్న పిల్లలకు చిన్నగా ఉండి అది శరీరంతో పెరిగేది కాదు. అలా పని చేసేది శరీరానికి ఉన్న మెదడు మాత్రమే. శరీరంతో పెరిగేది మెదడు కాబట్టి, అది శరీర సుఖాన్ని మాత్రమే కోరుకుంటుంది. ఈ రెండింటికీ తేడా తెలిస్తే జీవితం సులువుగా అర్థం అవుతుంది. అందుకే చేసే పనుల్లో మెదడు మాట కాకుండా మనసు మాట వినండి అని చెబుతున్నాను.

నీకు కనిపించేదే అందం అనుకుంటే... నీకు కనిపించనిది అద్భుతం. అసలు నిజమేంటో... సృష్టి రహస్యం ఏమిటో తెలుసుకుంటే మహా అద్భుతాన్ని చూడొచ్చు. ఉప్పు గురించి ఏమీ తెలియకుండా దాని రుచి తెలియాలి అంటే అది ఒకరు చెప్పినా అర్థం కాదు. Unless ఒక్క గులిక నోట్లో వేసుకుంటే తప్పించి. ఇది అంతే సృష్టి రహస్యాలు తెలియాలి అంటే ఆ సృష్టిలో మమేకం అయ్యి ప్రయాణించాలి.

ఈ భూమిపై ఎన్ని శరీరాలు ధరించినా శరీరం మారుతుందే తప్ప సృష్టిలో గానీ దాని శక్తిలో గానీ మార్పు ఉండదు. ఒక్కసారి ఈ సృష్టితో మమేకం అయితే

దానిలోని రహస్యాలు & memory మనవిగా మమేకం అవుతాయి. అంటే సృష్టి జ్ఞాపకాలల్లో మనం ఇంతకు ముందు ఏ శరీరంతో జన్మించామో, అది ఆ జన్మలో ఏమేమి చేసిందో నిక్షిప్తమై ఉంటుంది. ఈ రహస్యాలు అన్నీ మనకు తెలియాలి అంటే మనలోని జీవుడు ఈ సృష్టితో మమేకం అవ్వాలి.

సరే, అసలు విషయానికి వద్దాం. బాహ్యప్రపంచంలో కేవలం ఇప్పటి వరకూ జరిగింది మాత్రమే తెలుసుకోగలం. అంటే సృష్టి ప్రారంభం నుండి ఈ క్షణం వరకూ జరిగినవి అన్నీ తెలుస్తాయి కానీ ఆదిని చేరుకోలేము. Science ఎంత develop అయినా బాహ్యప్రపంచాన్ని తెలుసుకోగలమేమో గానీ ఈ అంతఃప్రయాణానికి దారి కేవలం ఒక్క మానవ శరీరమే! అది కూడా నువ్వు ప్రయాణించాలీ అంటే ఆ శరీరం నేదై ఉండాలి.

సృష్టి యొక్క అద్భుత technology & రహస్యాలు తెలియాలి అంటే తపస్సు ఒక్కటే మార్గం!

ఈ బాహ్య ప్రపంచం, అంతఃప్రపంచం రెండూ ఒక్క సరళరేఖలో ఉండేవే. ఈ రెండింటికీ తేడా లేదు. కాకపోతే అవి వ్యతిరేఖ దిశలోకి ప్రయాణించాలి. అలా ప్రయాణించాలీ అంటే ఈ శరీరం ఆ పని చేయలేదు. So, నేను ఈ శరీరం నుండి బయటకు రావలసి వచ్చింది.

ఎందుకంటే తన ఉనికిని తాను గుర్తించే సమయం వచ్చింది. నన్ను నేను పొందాను కానీ నా శరీరానికి ఈ పంచభూతాలు విడివడడంతో మౌనంగా సమాధి స్థితిలో అలా ఉండిపోయాను. మాటలు మాట్లాడటం మర్చిపోయాను. ఆలోచన కూడా రావడం లేదు. ఇంకా ఈ శరీరం ఉంది కాబట్టి దీనిలోనే పంచభూతాలు ఉన్నాయి కాబట్టి అందరితో ముఖావంగా ఉంటూ, వారు అడిగిన ప్రశ్నలకు మాత్రం తక్కున సమాధానం ఇస్తున్నా.

జీవుడు శరీరంతో ప్రయాణించకుండా కాలచక్రాన్ని దాటి, వెనుకకు ప్రయాణించడమే మనం పిలుచుకునే సమాధి స్థితి. అప్పట్లో ఈ స్థితిలో

ఉండగా మాటల్లో భారతి నన్ను అడిగింది, సమాధి స్థితిలో ఉన్నాను అని నీకు ఎలా తెలిసింది? గాలి కనిపిస్తుంది అన్నావు, అది కూడా నీకు కనిపించకూడదు కదా! అని. నిజమే తను అడిగిన ప్రశ్న చాలా genuine. అందుకే మా conversation కూడా మీకు చెబుతున్నాను, మీకూ అదే అనుమానం రావొచ్చని. కానీ చెప్పాగా నన్ను ఇతరులతో పోల్చవద్దు అని. నేను నా ప్రయాణం గురించి క్షుణ్ణంగా చెప్పాలీ అంటే అనుభవిస్తున్న ప్రతీ ఒక్క అనుభవాన్ని నేను గుర్తుంచుకుని మీకు వివరించాలి.

చెప్పాగా లక్ష్యసాధనకు నన్ను నేను గుర్తుచేసుకోవడం చాలా ముఖ్యం.

ఇదే మా ముగ్గురి plan కూడా. అందుకే మేము చేసిన plan గానీ, నాతో నేను చేసిన సంభాషణ గానీ మీకు ఎక్కడా చెప్పలేదు.

ఇప్పుడు నా శరీరం బిడ్డను కంటే మరికొన్ని కొత్త కర్మలలో మునిగిపోతాను. నాకు ఉన్న ఒకే ఒక్క బలమైన కోరికను చంపుకున్నాను. ప్రతీ ఒక్క మంచి పని జరగాలీ అంటే కొంత నష్టపోవాలి. అందుకే అప్పటి దాకా పంచభూతాలతో పూజలు చేసిన పుణ్యం కొత్త సృష్టి ప్రారంభానికి, నాలో ఉన్న నేను 5 elements నూ నింపుకుని సమపాళ్ళలో జత కలిపి మరొక లోకాన్ని సృష్టించి శూన్యం వైపుకు నెట్టాను.

అది పెరిగి పెరిగి ఒక ఆకారాన్ని సంతరించుకునే లోపు దాన్ని సంరక్షించడానికి గాను ఒక బిడ్డను కనాలి. శరీరంతో బిడ్డను కంటే కర్మ దిశ మారుతుందని, అలా జరగకూడదు అంటే నేను బిడ్డను కనకూడదు. ఈ శరీరంతో జన్మ ఇవ్వకూడదు.

అదే నా తల్లిదండ్రులను కోరాను. అప్పటికి నాకు ఇంకా సరైన జ్ఞానం లేదు. ఎందుకంటే మేము విడివిడిగా ఈ శరీరంలో పొందుపరచబడ్డాము. అప్పటికి

నేను కేవలం నా జీవాత్మ చెప్పిన పనే చేస్తున్నాను. ఈ సంకెళ్లను తెరుచుకుని ఒకళ్ళని ఒకరు పరిచయం చేసుకునే సమయం దగ్గర పడింది.

ఒకవేళ ఈ శరీరం నా అనుమతి లేకుండా ఏమన్నా తప్పు చేస్తుందేమో అని, దీనికి ఏ అవకాశం ఇవ్వకూడదు అని నా లక్ష్యం నాకు గుర్తొచ్చి బిడ్డను కనాలి అనే నా కోరికను ఎంతో బాధతో అణగదొక్కి Kevin తో కూడా శరీర సుఖాన్ని పొందక, ఏ ఒక్క అవకాశానికి కూడా తావివ్వకూడదు అని, ఒక్కసారిగా నా శరీర సుఖాన్ని త్యజించాను.

సరే నేను ఇలా రాసుకుంటూ clarity ఇవ్వకుండా ముందుకు వెళ్ళిపోతున్నా. ఇక్కడ మీకో క్లారిటీ తప్పక ఇవ్వాలి. నిజం తెలియాలి కదా!

మనకు వచ్చే ఆలోచన కూడా కర్మ అని మీకు తెలియాలి. మరి అది చెప్పకపోతే ఎలా. అమ్మ (నా శరీరాన్ని కన్న తల్లి) తన శరీరం వదిలి నా కడుపున పుట్టడానికి రావడంతో నాకు తన వల్ల, అంటే నేను తనకు మోక్షం ఇవ్వడం ద్వారా వచ్చిన కర్మ నాకు ఒక ఆలోచనను సృష్టింప చేసింది.

అసలు ఏమిటి ఈ జీవితం? అమ్మ చనిపోయి నా కడుపున పుడుతుంది అని ఒక సంవత్సరం క్రితమే నాకు అనిపించింది. అదే నిజమైంది. ఇది ఎలా సాధ్యం? అసలు ఏమి జరుగుతుంది? నాకు వచ్చిన ఆలోచనలు perfect గా ఎలా జరుగుతున్నాయి? నాకు ఆలోచన వచ్చినందుకు జరుగుతున్నాయా లేక జరగబోయేవే నాకు ముందుగా తెలుస్తున్నాయా?

అప్పట్లో ఈ ఒక్క ఆలోచన తప్ప నా మనసులో ఏమీ మెదిలేది కాదు. క్రమక్రమంగా ఏ ఆలోచనా లేని స్థితిరి వెళ్ళిపోయా. ఏ ఆలోచన లేకపోవడంతో అసలు నేను బతికే ఉన్నానా అన్న అనుమానం వచ్చేది నాకు నేను గుర్తుకు వచ్చినపుడల్లా.

అలా నా తల్లికి మోక్షం ఇవ్వడం అనే కర్మకు ప్రతిఫలంగా నాలో వచ్చిన ఈ ఒక్క ఆలోచన చెప్పాగా ఇంతకు ముందే, నాకు వచ్చిన ప్రతి ఆలోచనకూ ఒక

calculation ఉంది. నేను చేసే ప్రతీ పనికీ ఒక కారణం ఉంది. ఇది జరగాలంటే నా ప్రయాణం సాగుతూనే ఉండాలి. విడివడిన మా ముగ్గరి కలయిక మరలా జరిగేంత వరకూ.

ఈ మధ్య ఒక్క ఆలోచన వస్తే చాలు ఆ పని ఇట్టే జరిగిపోతుంది. ఒక్కొక్కసారి నా శరీరంకు ఆ ఆలోచన రాకముందే వింతగా ఆ పని జరిగిపోతుంది.

నా 100% నా లక్ష్య సాధన వైపే పెట్టాలంటే ఈ శరీరంతో అతి తక్కువ సంబంధం పెట్టుకోవాలి. ఈ శరీరంతో సంబంధం పూర్తిగా తెగిపోవాలి అంటే నేను ఇంకా ఈ శరీరంలోనే ఉండి, పూర్తి చేయవలసిన పని ఇది. ఈ పనికి మా ముగ్గురి అవసరం ఉంది.

ఏ ఒక్క దానినీ వదులుకోకూడదు. ఒకటి లేకుండా ఇంకోదాన్ని నేను పొందలేను.

తండ్రి నా దగ్గరకు వచ్చినప్పుడు నాకు జరిగిన అనుభూతి ఇదే. సంపూర్తిగా ఈ విశ్వం అంతా నేనే విస్తరించి ఉన్నాను. అలా ఉన్న నన్ను నేను తెలుసుకోవాలి అంటే నన్ను నేను తప్పక కలుసుకోవాలి. అందుకే నా లక్ష్యసాధనే ధ్యేయంగా నేను ఏ పని చేయాలో, ఏ పని చేయకూడదో, నా ఆలోచనలను ఎలా control చేయాలో, వాటిని ఎలా మళ్ళించాలో తెలీటం కోసం అంటే ఈ పంచభూతాలను జయించగలిగే శక్తి కోసం ఒక జీవిత కాలం వెచ్చించి తపస్సు చేశాను ఒక జన్మలో.

ఆ జన్మలోనే జరిగేవి, జరగబోయేవీ అన్నీ తెలుసుకుని అందరికీ పంచాను. కానీ కర్మలలో కూరుకుపోతున్న ఈ ప్రాణులు, నిజం తెలుకోలేక కర్మలను balance చేయకుండా దేవుణ్ణే మధ్యపెట్టాను అన్న భ్రమలో ఉన్నారు.

ఈ ప్రకృతి అర్థం అయ్యి విశ్వంలో ప్రయాణించగలిగితే ఇప్పుడు అంటే ఈ క్షణం చేసే పనుల ద్వారా మన భవిష్యత్తుని మనం మార్చుకోవచ్చు. దీనితో

పాటు ఇతరుల భవిష్యత్తుని కూడా మార్చగలిగే శక్తి మనకు వస్తుంది. కానీ ఇలా చేయడం మంచిది కాదు.

ఈ శక్తిని మనం పొందాలి అంటే ముందుగా మనకు మనం అర్థం కావాలి. అంటే నీ గురించి నీకు పూర్తిగా తెలియాలి.

ఈ భూమి మీద అందరూ, including me ఎదుటి వారిని చూసి వాళ్ళను judge చేస్తూ, నాకే అన్నీ తెలుసు అనుకుని బ్రతికేస్తుంటాము. అలా తెలుసుకున్నవన్నీ తప్పు అని నేను అనడం లేదు. వాటిలో కొన్ని తప్పులు ఉండవచ్చు కొన్ని ఒప్పులు ఉండవచ్చు.

కానీ ఇక్కడ విషయం ఏమిటంటే ఎదుటి వారిని study చేస్తేనో or వాళ్ళను అర్థం చేసుకున్నా చేసుకోకపోయినా మనకు ఒరిగేది ఏమీ లేదు. సాధించగలిగేది ఏమీలేదు. ఒక్క time waste తప్ప.

అసలు ఇంకొకరి మీద దృష్టి పెట్టడం అన్నంత మూర్ఖపుపని ఇంకొకటి లేదు. ఇది కేవలం కర్మలను పోగుచేసుకోవడమే.

ఒక్కటి గుర్తుపెట్టుకోండి, మీకు ఏదన్నా మంచి జరగాలన్నా మీ కోరిక నెరవేరాలన్నా ... మీరు చేయవలసింది ఒక్కటే! మీకు బాగా నచ్చిన దాన్ని వదులు కోవాలి. అంటే త్యాగం చేయాలి.

దీనిని కాలక్రమేణా ఎవరికి నచ్చినట్లు వాళ్ళు అర్థం చేసుకుని జంతుబలి ఇవ్వడం, గురువారం బాబాకు non-veg ఇచ్చేశాను అనడం, దేవుని గుడి హుండీలో లక్షలు వేశాను, నదిలో వంకాయను వదిలేశాను, తిరుపతిలో నిలువు దోపిడి ఇచ్చాను అనే మూఢ నమ్మకాలను ఏర్పరచుకున్నారు.

ఈ వదులుకోవడం అంటే, అది మీరనుకున్నంత సులువుకాదు. అసలు మీగురించి మీకు పూర్తిగా తెలియాలిగా మీకు బాగా ఇష్టమైనది ఏమిటో

తెలుసుకోవాలంటే. ఒకరి సలహా పాటించి మొక్కు చెల్లించడం అనేది వదులుకోవడం కాదు. ఒక కోరిక నెరవేరాలంటే అంతకు మించి విలువైనది త్యాగం చెయ్యాలి. విలువ అంటే డబ్బుతో కొలిచేది కాదు.

ఈ secret నాకు తెలియక నా 40 సంవస్సరాల జీవిత కాలాన్ని వృథా చేసుకున్నాను. నేను ఇది తెలుసుకున్న క్షణం నుండీ అన్నీ విజయాలే నాకు.

నేను ఇది అనుభవపూర్వకంగా తెలుసుకున్న సత్యం!

నేను చాలా సులువుగా, టూకీగా ఇదంతా రాయవచ్చు. కానీ దీనిలో చాలా science ఉంది. ఇష్టం ఉన్నవాళ్ళు రీసెర్చ్ మెటీరియల్ గా వాడుకుంటారని సాధ్యమైనంతగా రాస్తున్నాను. ఎంత రాసినా చాలా రాయలేదు అని తెలుస్తూనే వుంది. ఇది చాలా మందికి బోర్ కొట్టవచ్చు. Already ఈ దశకు చేరుకున్న వాళ్ళు compare చేసుకోవచ్చు. కొత్తగా start చేసే వాళ్ళు ఏమి చేయవచ్చో, ఏమి జరుగుతుందో, ఎందుకు అలా జరుగుతుందో గమనించు కోవడానికి ఇది ఒక notes లా పనికివస్తుంది.

శక్తులు వస్తాయి అని తెలిసినపుడు రోజూ అమ్మను వేడుకొనే దానిని. శక్తులు వద్దు నాకు, నాకు ఇవ్వొద్దు అని. ఇంతకుముందు ఒక జన్మలో చేసిన తప్పు మరలా చేయకూడదు అని. అది తప్పు కూడా కాదు. శక్తులతో కొంత మంది అవసరాలను తీర్చాను. అది తప్పు అని నేను అనన=. కానీ కర్మ సిద్ధాంతం ఎలా పని చేస్తుంది అంటే, జరిగే or జరగబోయే కర్మలను కొంత కాలం or next జన్మకు postpone చేయగలము. కానీ సమూలంగా నిర్మూలించడం కుదరదు. దీని మూలాన శక్తుల వల్ల ఏమి ఉపయోగం ఉంది? అందుకే ఈ జన్మకు ప్రకృతి పరమైన న్యాయాన్నే కోరుకుంటున్నాను.

ఈ నా ప్రయాణంలో మంచి శక్తులకంటే, దుష్టశక్తులు ఎంతో active గా, చాలా powerful గా, shortcut గా కనిపించాయి. ఏ దారి ఎంచుకోవాలి? ఎటుగా నడవాలి అనేది ఎంచుకోవలసిన నిర్ణయం మీదే. Choose your option wisely.

నువ్వు మంచి చేసినా, చేడు చేసినా.. ప్రతి జన్మకూ Judgment Day ఉంటుంది. నువ్వు శరీరంతో ఎంత తెలివిగా ప్రవర్తించినా నీ Soul అన్నీ నిజాలే చెబుతుంది. చేసిన పనికి తప్పక ఫలితం పొంది తీరాలి. ఈ విషయంలో ఏ adjustments ఉండవు.

ప్రకృతిని pollute చేయడం, పాడు చేయడం అనేది, భూమి మీద life ను పాడు చేయడమే. మనలను మనం హింసించుకోవడమే! ఇది అంతా మనకోసం నిర్మితమయినది. మన ఇంటిని అంటే మన శరీరాన్ని మన చేతులతో మనం పాడు చేసుకోవడమే. ఈ శరీరం ప్రకృతి సిద్ధంగా ఏర్పడింది కాబట్టి, మనం ప్రకృతిని ఎలా కాపాడుకొంటామో మన శరీరం, మన ఆరోగ్యం కూడా అలాగే కాపాడబడుతుంది.

పుట్టినపుడు ఏమీ తీసుకురాము, పోయేటపుడు ఏమీ తీసుకుపోము అంటారు. అది 100% correct కాదు. తపస్సు ద్వారా నేర్చుకున్న జ్ఞానం మనతోనే వస్తుంది. అది మన జీవాత్మకు సంబంధించినది. అది జీవునితోనే ఉంటుంది. ఎన్ని జన్మలు తీసుకున్నా.

పేడపురుగు: అక్కడ కొన్ని పేడపురుగులు ఉన్నాయి. అవి ఎడతెరపి లేకుండా పేడను వాటి శరీర స్థాయికి (ఆకృతికి) మించి ఉండలు, ఉండలుగా చేసి ఒక ఎత్తయిన కొండమీదకు వాటి వెనక కాళ్ళతో నెట్టుకుంటూ, ముందు కాళ్ళతో శరీరాన్ని వెనక్కు నెడుతూ పని చేస్తూనే ఉన్నాయి. వాటి ప్రయాణం సూర్యుని దిశగా సాగింది. వాటిని చూసి ఎంతో ముచ్చట వేసింది. వాటిని చూస్తే ఎంతో నేర్చుకోవాలనిపిస్తుంది. ఇప్పటి నా ప్రయాణం కూడా అదే.

నాకు జీవితం నేర్పిన పాఠం or దేవుడు నాకు ఈ జీవితానికి నేర్పించినది ఏమిటంటే..

నా జీవితం కష్టాలు, కన్నీళ్ళు అనుకున్నాను. అది నిజమే కావచ్చు, కానీ దాని వెనక ఎన్నో పాఠాలు, పరీక్షలూ ఉన్నాయి. అవి అన్నీ పడకుండా ఉండివుంటే

ఈ రోజున నేను లేను. జీవిత పాఠాలల్లో నెగ్గి, పరీక్షల్లో Pass అయ్యాను కాబట్టే ఈ రోజున అమ్మ నా దగ్గరకు వచ్చింది. అది ఈ జీవిత పరీక్షల్లో గెలుపొందిన బహుమతి.

నాకు చెడ్డ ఆలోచన రాలేదా అంటే, వచ్చింది. ప్రతీ సారీ, ప్రతీ రోజూ, ప్రతీ క్షణం వచ్చింది. నిజానికి నాకు వచ్చినన్ని చెడ్డ ఆలోచనలు ఇంకెవ్వరికీ వచ్చి ఉండకపోవచ్చు అన్నంత క్రూరంగా కూడా నా ఆలోచనలు ఉండేవి. కానీ ఏది చేస్తే మంచిదో తెలీక నాలోపల చాలా పోరాటం జరిగేది.

కానీ ఏ పనిచేసినా ఎదుటి వ్యక్తి నాలా బాధపడకూడదు అన్న soft నేచర్ నాది. ఈ ఒక్క కారణం మూలాన నా చెడ్డ ఆలోచనలను అణగదొక్కే దానిని.

నేను చెప్పినా నష్టం లేదు అన్న రహస్యాలను మాత్రమే చెప్పాను. ఎందుకంటే రహస్యాలు అన్నీ చెబితే దుర్వినియోగం అయ్యే అవకాశం ఈ కాలంలో ఎక్కువగా ఉంది అని గుర్తించి, చెప్పవలసినంత మాత్రమే! అంటే చెప్పినా నష్టం లేదు అనుకున్నదే ఇక్కడ వ్రాస్తున్నాను.

నేను రాస్తున్న ఈ విషయాలలో ఎంతో విజ్ఞానం ఉంది. అంటే, మనం ఈ కాలంలో అనుకుంటున్న Science ఎంతో ఉంది. కాకపోతే నేను విషయం direct గా చెప్పేకంటే దాని process చెప్పడం మంచిదని జరిగిన విషయాలు అనీ చెబుతున్నా. ఎందుకంటే ఈ విషయాన్ని direct గా ఇంతకు ముందు జన్మల్లో already చెప్పాను. అదీకాక కాలానికి అనుగుణంగా ఏ కాలంలో పుడితే ఆ కాలానికి బంధీనయి అప్పటి జ్ఞానమే సిద్ధిస్తుంది. ఇక జన్మ తీసుకున్నాక, నా గమ్యం వెతుక్కోవడం నా వంతు. నీ గమ్యం ఏమిటి అన్నదాన్ని బట్టి నీ ప్రయాణం సాగుతుంది.

అనంత విశ్వంలో ఈ భూమి అన్నది సముద్రం లోని ఒక ఇసుక రేణువు వంటిది. ఇక ఈ భూమి మీద బ్రతికే మనమెంత? కానీ అణువులోని అణువయిన నీ వెవరో తెలుసుకోగలిగితే ఈ అనంత విశ్వంలో ఇక

తెలుసుకోవలసినది ఏమీ ఉండదు. అంతా తెరచిన పుస్తకంలా అర్థం అవుతుంది. ఇది తెలుసుకోవడానికి నువ్వు ఎక్కడెక్కడో వెతకనవసరం లేదు. నీ ప్రయాణాన్ని నువ్వు గుర్తించగలిగితే చాలు. నీలోకి నువ్వు ప్రయాణిస్తే చాలు.

మానవత్వం ఉన్న మనిషిగా మారగలిగితే చాలు. జన్మ తీసుకున్నాక తెలిసో, తెలియకో తప్పులు చేయడం సహజం. కానీ వాటిని గుర్తించి, గ్రహించి తనను తాను మార్చుకోగలిగిన వాడే నిజమయిన మనిషి. అప్పుడే తన జన్మకు ఒక సార్ధకత ఏర్పడుతుంది.

నా ఈ ప్రయాణంలో నాకు చెడు చేసిన వ్యక్తులను, నన్ను అన్యాయం చేసిన వ్యక్తులను పేరు పేరునా క్షమిస్తూ నా ప్రయాణం వెనకకు సాగించాను. జరిగిన ప్రతీ రోజునూ, విషయాన్ని నేను దర్శించగలుగుతున్నాను. కానీ నాకిప్పుడు ఏ బాధ లేదు. అలా జరగకుండా ఉండి ఉంటే నేను ఈ స్థితికి రాగలిగే దాన్ని కాదు. నాకు నా కుటుంబం ఎంతో మేలు చేసింది. నేను ఈ స్థితికి చేరుకోవడానికి ప్రతీ ఒక్కరూ వారి వంతుసాయం వారు చేశారు.

నా ప్రయాణం పూర్తి అయ్యాక కూడా ధ్యానంలో కూర్చున్నా. కళ్ళు ఇంకా సెన్సిటివ్ అవుతున్నాయి. కళ్ళముందే ఎంతో ప్రపంచం కనిపిస్తుంది. ఒక్కటి కాదు 5,6 ... రకరకాల ప్రపంచాలు. వారికి నేను కనిపించడం లేదు (వారిలో చాలా కొద్ది మంది మాత్రమే నన్ను చూడగలుగుతున్నారు). ఇది ఎలా సాధ్యం అని మీకు అనుమానం రావచ్చు. మనకంటి ముందు ఉన్న సూన్యంలో 5 elements ఎలా ఉన్నాయో! అవి శరీర మామూలు కంటికి ఎలా కనిపించడం లేదో ఇది అంతే. గాలిలో ఉన్న తేమ/నీరు కంటికి కనిపించదు. గాలి తరంగాలు కంటికి కనిపించవు. చెట్టు ఆకు ఊగితేనో or గాలి శరీరాన్ని తాకితేనో మనిషి గుర్తించగలుగుతాడు.

కానీ అవన్నీ నేను చూడగలుగుతున్నాను. నా చూపుకి రాను రాను అంతలా స్పష్టంగా కనిపించే శక్తి వచ్చింది. ఒకే సమయంలో నేను వీటన్నింటినీ చూడగలుగుతున్నాను. వేరే dimensions లోకి కూడా సులువుగా వెళ్ళి

సద్రుశ్య

రాగలుగుతున్నాను. ఈ వేరొక ప్రపంచాలు నిజానికి మనం అందుకొనేంత దూరంలోనే ఉన్నాయి. కాకపోతే వాళ్ళు మనకంటే కొంత advanced technology కలిగి ఉన్నారు.

నా కంటి చూపుకు అంత క్లారిటీ వచ్చిందన్నమాట. అప్పటికే నేను నా ఆదిని చేరుకోవడంతో నా ప్రయాణం ముగిసిపోయి నేను ఇంకా సృష్టి రహస్యాలను ఛేదించే దిశలోకి వెళ్ళింది నా ధ్యానం. ఇంకో గ్రాహం లో ఉన్న నన్ను నేను స్పష్టంగా చూడగలుగుతున్నాను. ఈ జన్మకు ఈ విషయాలు అప్రస్తుతం అవడంతో పూర్తిగా interest పోయింది. నాకు ఇవి తెలుసుకుని ఉపయోగం కూడా లేదు. ఇది కూడా ఒక కారణం నేను ధ్యానం మానెయ్యడానికి.

ఇంకో రహస్యం చెప్పనా.. సూర్యుని పువ్వు అని చెప్పా కదా ఇంతకు ముందు. Kind of spider web లాగే సూర్యుని నుండి ఈ భూమిని పరుచుకుని ఒక పెద్ద పువ్వులా విచ్చుకుని uncounted dimensions తో ఉంది. ఎంత రహస్యంగా నువ్వు ఏ పని చేస్తున్నా you cannot escape from mother nature. దీని నుండి escape అవ్వాలంటే ఒకే ఒక్క దారి... అది నీలోకి నువ్వు ప్రయాణించడమే!

నా జీవితం నా ఒక్క కర్మల వలననే కాకుండా నా చుట్టుప్రక్కల వారితో కూడా ముడిపడి ఉండడంతో చాలా విషయాలు నా ప్రమేయం లేకుండానే జరిగిపోయాయి. కొన్ని తెలిసి కొన్ని తెలియక కొన్ని ఆవేశంగా తీసుకున్న నిర్ణయాల వలన. మీరూ నాలా కాకుండా మీ జీవితానికి ఏమి కావాలో, ఎందుకు అది కావాలో తల్లితండ్రులకు clear గా explain చెయ్యండి. ఒక్క విషయం మాత్రం నిజం. సమస్యలు ఎప్పుడూ మనసు విప్పి మాట్లాడు కోకపోవడం మూలానే వస్తాయి.

తల్లితండ్రులు కూడా పిల్లలకు ఏమీ తెలియదు అని తీసిపారేయకండి. ఏ వయసు వారికి వాళ్ళకు తగ్గ ఆలోచన వారికి ఉంటుంది. కనీసం వారు చెప్పేది వినడానికి సమయం వెచ్చించి అర్థం చేసుకోవడానికి ప్రయత్నించండి. నేను

మోసపోవడం... మోసగించే వాళ్ళ తప్పు కాదు. వాళ్ళను నమ్మి మోసపోయిన నా తప్పు. అలా అన్ని విషయాలలో మోసపోయి ఓడిపోయాను.

నేను అన్నింటిలో ఓడిపోయాను. అందరి దగ్గరా ఓడిపోయాను. ఏ విషయంలోనూ గెలిచేంత తెలివితేటలు నా దగ్గర లేవు. చివరకు నాన్న వచ్చి పిలిచినా వెళ్ళలేకపోయాను. చావులో కూడా ఓడిపోయాను. కేవలం ఈ నా story రాయడం మొదలెట్టడం మూలాన. అదే నా లక్ష్యం అని మొదట్లో నాకు తెలీదు.

ఒక్క మాట మాత్రం ఖచ్చితంగా నిజం, మన మనసు మాట వింటే ఏ తప్పూ చేయలేము. ఏ విషయం లోనన్నా ఒక వ్యక్తికి విరక్తి రావాలంటే, they have to "enjoy the fullest" in that issue. విషయాలు జరిగేటప్పుడు చిన్నతనంలో బాధ పడ్డా, I learned many things on my own & I enjoyed my life to the fullest.

ఇప్పుడు తలుచుకుంటే నవ్వు వస్తోంది. All my life, I'm fighting for my free-dom and freedom of the speech. ఇప్పుడు అవి అన్నీ నాకు పుష్కలంగా ఉన్నాయి. కానీ ఇపుడు ఏ ఒక్క విషయం మీదా ఆసక్తి గానీ, కోరిక గానీ లేదు. Quite గా ఉండాలనిపిస్తుంది.

మనతో మరుజన్మకు ఏమీ తీసుకుపోలేము అంటారు కదా! మరి కర్మలు ఎలా వస్తున్నాయి మనతో?? అంటే ఈ శరీరంతో సంపాదించి మోసుకుపోయేలాంటి ఆస్తులు, పరపతి, ప్రఖ్యాతి లాంటివి మాత్రమే తీసుకుపోలేము అనమాట. మరి మనతో మోసుకుసోగేది, ఎవరు సంపాదిస్తున్నారు? ఈ మనం అన్నది ఏది? మనలో ఎక్కడ ఉంది అంటే, మనం ఈ శరీరంతో జన్మ తీసుకున్నది ఆస్తులు పోగుచేసుకోవడానికి గానీ, పరపతి పెంచుకొని Forbes list లో చేరడానికి గానీ కాదు. Already నీ జీవుడు చేసిన కర్మలను తగ్గించుకోవడానికి నీకు వచ్చిన మరొక అవకాశం. అది మంచి కర్మ అయినా or చెడు కర్మ అయినా.

 సద్రుశ్య

పేరు చెప్పను కానీ ఈ మధ్య నాకు తెలిసిన ఒకతను ఒక famous cult లో join అయ్యి, నాకు చెప్పిన నీతి ఏమిటంటే... ఆ cult లోని వాళ్ళు ధ్యానం చేసి మంచి కర్మలు పోగు చేసుకుని ఇంకో జన్మ లేకుండా చూసుకుంటారట. అదేంటి కర్మ ఎలాంటిది అయినా balance చెయ్యడానికి జన్మ తీసుకోవాలిగా అంటే, ఏమో మరి నాకు వాళ్ళు చెప్పిందే నేను నీకు చెప్పాను అన్నాడు. ఇలా గుడ్డిగా నమ్మే వాళ్ళకు explain చేయడం కూడా అనవసరం అని నేను con- versation పొడిగించలేదు.

జన్మతహో వచ్చే లక్షణాలు ఎన్ని జన్మలైనా మనతోనే ఉండిపోతాయి. రక్తంతో వచ్చే లక్షణాలు, ఆ సంబంధం దూరమవడంతో అవీ దూరమవుతాయి. ధ్యానం చేయడం అంటే ఏమిటో ఈ పాటికే మీకు అర్థం అయి ఉండాలి. మన శరీరం కేవలం మనలోని జీవుడు చేసే ప్రయాణానికి ఒక సాధనం మాత్రమే. జీవుని ప్రయాణం పూర్తి చేయడానికి శరీరం సహకరించి కూర్చోవడమే ధ్యానంలో కూర్చోవడం. ఒక మనిషిగా శరీరంతో నువ్వు చేయవలసింది ఇది ఒక్కటే.

అలా ధ్యానంలో పొందిన జ్ఞానం జన్మ జన్మలకూ అది నీ జీవుని అంటిపెట్టుకునే ఉంటుంది. అందుకే నేను సులభంగా ధ్యానంలో ప్రయాణించగలిగాను. నాకు శరీరం వస్తూ, పోతూ ఉంటుంది. కానీ అసలైన నేను శాశ్వతం. నాకు చావు లేదు. శరీర రాక పోకలు చావు కాదు. ఇది గ్రహించే జ్ఞానం సంపాదించగలిగినా చాలు.

నిజం తెలుసుకోవడానికి, ఏ పుస్తకాలు చదవనవసరం లేదు. ఏ గురువు దగ్గరకూ వెళ్లనవసరం లేదు. చేయవలసిందల్లా నీ మనసు మాట వినడమే. ప్రపంచం అంతా నీలోనే ఉంది. నువ్వు తెలుసుకోవాలి అనుకున్నవన్నీ నీలోనే ఉన్నాయి. Look no further. నీకు నువ్వు తెలుసుకున్నంతగా నీకు ఏ ఒక్కరూ చెప్పలేరు.

ఈ శరీర బంధం తీరిపోయింది.

ఈ ఆత్మను ప్రసాదించిన తల్లిదండ్రుల రుణం మిగిలి ఉంది. త్వరలో ఆ పని కూడా పూర్తి చేయాలి. ఈ పని పోస్ట్‌పోన్ చేస్తూ నా జీవితకాలాన్ని పెంచుతున్నాను నాకు తెలీకుండానే. ఇది నాకు ఏ మాత్రం నచ్చని పని. నేను పూర్తి చేయవలసిన పని త్వరలో & త్వరగా complete చేయాలి.

మనిషి తను కనుక్కున్న technology లో ఎంతో ముందుకు వెళ్ళాను అనుకుంటున్నాడు. కానీ ఈ technology అంతా ప్రకృతి ద్వారా పొందుతున్నాము అన్న విషయాన్ని మర్చిపోయి ఆ ప్రకృతినే నాశనం చేస్తున్నాడు.

అదే దేవుని technology రుచి చూసిన నా గురించి మచ్చుక్కి కొంచెం చెబుతా. నాలో వచ్చిన ప్రతీ ఆలోచనకూ ప్రకృతి స్పందిస్తుంది. ప్రకృతిలో జరిగే అంటే, భవిష్యత్తులో ఏమి జరగబోతుంది అనేది చాలా విషయాలు ముందుగానే తెలిసి పోతున్నాయి. మరి ఇవన్నీ ఎలా తెలుస్తున్నాయి? Future కి, past కి ఎలా వెళ్ళగలిగాను? అదీ కూర్చున్న స్థలం నుంచి. మరి మనలో ఉన్న Inbuilt tech-nology ఎంత premier యో ఒక్కసారి ఆలోచించండి.

మారని మనిషి కనుక్కునే టెక్నాలజీ ఎటువంటిది అంటే, తన నాశనాన్ని తానే చేసుకుని లైఫ్ కోసం వెతుక్కోవడం వంటిది.

నాలో మార్పులు మొదలయ్యే రోజుల్లో ఒక రోజు పెద్దన్నయతో మాట్లాడుతూ అన్న ఏదో conversation లో సరదాగా.

నాకు గాలిలో ఎగరడం అంటే చాలా ఇష్టం. ఆ experience కోసమే Skydiving చేశాను. ఇంకో జన్మ ఉంటే పక్షిలా పుట్టాలి. అయినా అలా కాదులే, అప్పుడు దాని పని అది చేస్తుంది. అలా కాకుండా ఇలా మనిషిగానే

ఉండి ఎగరగలగాలి. అప్పుడు బాగుంటుంది. ఎక్కడికి కావాలంటే అక్కడికి సునాయాసంగా, స్వేచ్ఛగా వెళ్ళిపోవచ్చు అని.

ఇది కూడా సాధ్యమే అని ఇపుడు తెలుస్తుంది. అపుడు తెలియక ఏదో అనేశాను. మన life మనమే design చేసుకొంటాము అనడానికి ఇదో చిన్న ఉదాహరణ. How interesting ...

అసలు ఎందుకు పుట్టాము? ఈ పుట్టక రావడానికి ఉన్న కారణం ఏమిటి అని ఒక్కసారి ఆలోచించండి. ఈ ఆలోచన ఒక్క మనిషి మాత్రమే చేయగలడు. మీ ఈ జన్మ కారణం తెలుసుకోవాలన్నా, మారాలి అన్నా, ఒక్క మనిషి జన్మకే సాధ్యపడుతుంది.

ఈ జన్మకు మాత్రమే పరిమితం అయిన డబ్బు సంపాదించి ఇక్కడే వదిలి వెళతారో, జన్మ జన్మలకీ మీతోటే వచ్చే జ్ఞానాన్ని సంపాదించుకుంటారో నిర్ణయం మీదే! నువ్వేంటో తెలుసుకుంటే ఈ ప్రపంచం తెలిసినట్లే. నీలో నువ్వు ప్రయాణం చేస్తే అనంతం (Infinity) తెలిసినట్లే.

మన జీవితం కూడా సాలెగూడు లాంటిదే. ఎంతో అందంగా ఒక క్రమంలో తయారు చేయబడింది. ప్రస్తుత జీవితం నుండే ప్రతీ past జన్మకీ, future జన్మలకీ వెళ్ళగలం. వెళ్ళగలగడమే కాకుండా జరుగుతున్న ప్రతీ క్షణం చూడగలము. ధరించే శరీరంలో మార్పులు ఉన్నా, చేసిన, చేస్తున్న, చేయబోతున్న ప్రతీ కర్మా నీకే చెందుతుంది. చేస్తున్న పనికీ, ధరించిన శరీరానికీ ఏ సంబంధం ఉండదు. కాకపోతే కర్మానుసారం అనుభవించడానికి శరీరాన్ని పొంది తీరవలసిందే.

నేను ఇప్పటిదాకా అనుభవించాను అనుకున్న కష్టాలు అసలు కష్టాలే కాదు. అవి life lessons. Preparing me for the right movement. నాకు సరి అయిన సమయం కోసం, సరిఅయిన అవగాహన రావడం కోసం సిద్ధపరిచాయి నన్ను. ఎందుకు చదువుతున్నాను? వీటివల్ల లాభమేంటో కూడా

అర్థం కాకుండానే Degree కూడా పూర్తి చేశాను. చదివిన చదువు పొట్ట అయితే నింపగలిగింది గానీ, జీవితం నేర్పిన పాఠాలల్లోనే ఎక్కువ నేర్చుకున్నాను.

విద్యార్థి దశలో వేదలు, ఉపనిషత్తులతో పాటు జీవిత సత్యాలు కూడా నేర్పిస్తే బాగుంటుంది అని నా ఉద్దేశం.

పెద్దక్క కూతురు నేను ధ్యానం ప్రారంభించిన కొత్తల్లో ఒకసారి ఇంటికి వచ్చినప్పుడు, అసలు Meditation అంటే ఏమిటి? నాకు అసలు time లేదు, మరి నేనెలా చేయాలి అని అడిగింది. ఇతరులను కష్టపెట్టకుండా, బాధపెట్టకుండా, ఇష్టంతో చేసే ఏ పని అయినా Meditation అని చెప్పాను. అది ఒక యజ్ఞం. ఆ యజ్ఞం ఎలా ఉండాలి అంటే, యజ్ఞంలో సమిది వై కాలిపోవాలి. 100% మనస్ఫూర్తిగా చేయాలి. అది నీ కోసం నిన్ను నువ్వ తెలుసుకోవడం కోసం చేసే ప్రక్రియ అని చెప్పాను. నువ్వ job కాకుండా ఇంకా ఏమన్నా hobbies ఉన్నాయా అంటే, తనకు పెయింటింగ్స్ వేయడమంటే ఇష్టం అన్నది.

అదీ ఒక Meditation యే. నీలోని భావాలను పెయింటింగ్స్ రూపంలో వేయి. బాధ అనిపించినప్పుడు, సంతోషంగా ఉన్నప్పుడు, ఖాళీగా ఉన్నప్పుడు అలా ఎప్పుడు కావాలంటే అపుడు అని చెప్పా. వీటినే మండలాలు అని కూడా అంటారని. ఏమీ plan చేసి చేయవద్దని, అప్పటికప్పుడు నీ మనసుకు ఏమి చేయాలనిపిస్తే అది వేయమని చెప్పాను.

నా ఈ జీవితంలో ప్రత్యేకించి కృతజ్ఞతలు చెప్పుకోవలసింది నలుగురికి:

మొదటిగా నా పెద్దక్కకు. నేను పుట్టిన దగ్గర నుండీ, నా ప్రయాణం ముగిసేంత వరకూ ఎంతో సాయం చేసింది. తన సాయమే లేకపోతే నేను నా ప్రయాణాన్ని ఇంత తృప్తిగా, ఇంత successful గా పూర్తిచేయలేకపోయే దానిని.

రెండవది నా పెద్దన్నయ్య (పెద్దమ్మ పెద్ద కొడుకు). తను నా జీవితంలో నాకు ప్రతీ క్షణం తోడున్నాడు అన్న ఆలోచనే వెయ్యి ఏనుగుల బలాన్ని ఇచ్చింది.

మూడవవ్యక్తి నా స్నేహితురాలు భారతి. తను నన్ను నమ్మి, నా ప్రతీ అడుగులోనూ తోడుగా నిలిచింది. ఈ పుస్తకం పూర్తి చేయడానికి కూడా ఎంతో ప్రోత్సాహనిచ్చింది.

వీళ్ళు ముగ్గరూ నాకు ఎంతో సాయం చేసిన, నేను మనఃపూర్తిగా ఇష్టపడ్డ వ్యక్తులు. వీళ్ళందరనూ మించి నాకు మంచి చెడులలో తోడుండి, నా సంతోషాన్ని, దుఃఖాన్ని, కోపాన్ని, తాపాన్ని, ఇష్టాన్ని, కష్టాన్ని అన్నీ ఎంతో ఓపికగా భరించిన నన్ను పూర్తిగా మార్చిన నా భర్త Kevin కు ఎంతో ఋణపడి ఉన్నాను.

తన మంచితనంతో నన్ను పూర్తిగా మార్చేసిన వ్యక్తి Kevin. I owe him my life. నా జీవితంలో ఇక ఎవ్వరినీ నమ్మకూడదు నేను ఒంటరిగా ఉండాలి అని నిర్ణయం తీసుకున్న. కానీ తన మంచితనం చూసి భయపడుతూనే దగ్గరయ్యా తనకు. నా నిర్ణయం correct ఏ అని అర్థం అయ్యాక నాలో ఎంతో ప్రశాంతత వచ్చింది.

Tunnels:

నేను అనుభవపూర్వకంగా ప్రయాణించి తెలుసుకున్నవి 3 రకాల tunnels.

1. బాహ్య ప్రపంచంలోకి ప్రయాణించడానికి నా ముందు ఆహ్వానం పలుకుతూ open అయ్యే black tunnel. ఇది నన్ను ఈ భూమి నుండి ఇతర గ్రహాలకు, ఇతర లోకాలకూ సునాయాసంగా క్షణంలో తీసుకుపోయేది.

వీటిల్నే మనం "Black Holes" అంటాము. Science వీటి గురించి ఏమి చెప్పిందో నాకు తెలీదు. కానీ ఇవి జీవాత్మ ప్రయాణం చేయడానికి అవసరమైన

ఒక flight / వాహనం వంటిది. క్షణంలో సురక్షితంగా ఎక్కడికయినా తీసుకుపోతాయి.

2. చిన్నతనంలో నేను చూసిన blue, purple & indigo colours తో కూడిన sparkiling tunnel. ఇది ఒకే జన్మలో ఉండి, ఒక కార్యం కోసమై ఒక కాలం నుండి ఇంకొక కాలానికి చేసే ప్రయాణం. నేను మరొక సారి కూడా ఈ tunnel ని చూశాను.

రెండవ సారి: నేను కావలసిన చోటుకు ఎందుకు వెళ్ళలేకపోతున్నాను అని, ధ్యానం ప్రారంభించిన మొదట్లో try చేశా. ఒకసారి ఎత్తయిన ప్రదేశంలో నేను నా పెద్దమ్మ కూతురు & పెద్ద పెద్దనాన్న పెద్ద కోడలు నడుచుకుంటూ వచ్చి, నా వైపే చూడడం చూశాను.

ఈ అనుభవం అయిన 3 years తరువాత ఒకసారి నేను India వెళ్ళినపుడు, మేము ముగ్గురం 2nd show సినిమా చూసి వచ్చి, పెద్దమ్మ కూతురి ఇంటిలో మంచినీళ్ళు తాగి వెళదాం అని ఇంటిలోపలి kitchen వైపు వెళుతుండగా నా ఎదురుగా ఆ colourfull tunnel open అయ్యింది. నా వెనకే ఉన్న అక్కని, వదిననూ కూడా అడిగా ఆ tunnel వైపు చెయ్యి ఎత్తి చూపిస్తూ, ఆ colours మీకు కనిపిస్తున్నాయా అని. అక్కడ same blue, purple & indigo colours తోటే ఉన్న tunnel round గా తిరుగుతూ కనిపించింది. వాళ్ళకు ఏమీ కనిపించలేదు అన్నారు. నేను అలా అడగడంతో అక్కకు భయంవేసి ఆ రాత్రికి మమ్మల్ని తన దగ్గరే పడుకోమని కూడా చెప్పింది.

నిజానికి అక్క వాళ్ళ ఇల్లు ఒక ఎత్తయిన కొండ మీద కట్టారు. ఇంతకు ముందే చెప్పాకదా! శరీరం చేసే పని & జీవుడు అర్థం చేసుకునేది కొద్ది మార్పులతో ఉంటుంది అని. అది ఎలా అంటే, నేను Mount Kailash trip కు వెళ్ళినపుడు అక్కడి restrooms కు వెళుతూ toilet paper తీసుకు వెళ్ళాను. నా జీవుని ప్రయాణంలో అది ఇక తెల్లని వస్త్రంలా అర్థం అయ్యింది దానికి.

3. ధ్యాన ప్రయాణం ముగిసిన కొత్తల్లో, ఇండియా వెళ్ళినప్పుడు ఒక వదిన వాళ్ళ అమ్మ చనిపోయారని స్మశానానికి వెళ్ళాను. Body ని electric crea-mation చేస్తుండగా అక్కడే ఉన్న bench పై కూర్చుని ధ్యానం చేసుకున్నాను. ఎప్పటినుండో నాకు స్మశానంలో meditation చేస్తే ఏమి అనుభవాలు అవుతాయో చూడాలి అని ఒక కుతూహలం ఉండేది. అందుకే ధ్యానం లో కూర్చున్నా.

నా ముందు tramoundus energy తో కూడిన అదే blue, purple & indigo colours తో కూడిన tunnel open అయ్యింది. కానీ దీనిలో colours ఏ కాదు, ఒక విధమయిన suctional force తో కూడిన tunnel నా ముందు open అయిన వెంటనే అక్కడే శరీరం లేని జీవులు చాలా మంచి ఒకరి తరువాత ఒకరిగా ఆ spin అవుతున్న tunnel లోకి enter అయ్యారు. చెప్పాగా వీరికి కొంత శక్తి ఉంటుంది అని ఇంతకు ముందు. మానవ శరీర కంటికి కనిపించనివి వీరికి కనిపిస్తాయి. వాళ్ళు ఈ లోకాన్ని వదిలిపెట్టి వెళుతున్నందుకు నేనూ ఆనందంగా వారికి సహకరించాను.

ఇలాంటి tunnel ఏ నేను Mount Kailash వెళ్ళినపుడు నా ముందు ఒకటి open అయ్యింది. కాకపోతే దీనిలో suctional force ఏమీ లేదు. పైపెచ్చు చాలా మంది దివ్యమయిన కాంతులతో వెలిగిపోతూ, ప్రశాంతమయిన చిరుమందహాసంతో నా ముందు ఒకరి తరువాత ఒకరిగా పురుషులు & శ్రీమూర్తులు ప్రత్యక్షమయ్యారు.

Black holes తప్పించి ఈ colours తో కూడిన tunnels అన్నీ నేను మామూలు కళ్ళతోనే చూశాను. ధ్యానంలో కాకుండా మెలకువగా ఉన్నప్పుడు.

సిరిమువ్వ !!!

ఈ పేరు నాకు ఆడపిల్ల పుడితే పెట్టుకోవాలనుకున్న పేరు. నేను ఎవరయినా, నా జన్మలు ఏవయినా, నేను ఎలా బ్రతికినా నా పరిధులేంటో నాకు తెలుసు.

నా పేరు నాకు జన్మనిచ్చిన తల్లిదండ్రులు పెట్టినట్లు, నాకు నచ్చిన పేరు నా బిడ్డకు పెట్టుకోవాలనుకొని ఎంచుకున్న పేరు సిరిముద్ద!

తల్లిదండ్రులకు నేనున్నాను అని గుర్తుచేస్తూ, తమ వెంటుండే ఉండే నంది మెడలోని సిరిముద్దను కావాలని ఉంది నాకు. ఈ కోరిక నాకు ఎల్లప్పటికీ కూడా గుర్తుగా ఉండాలని నా ద్వారా పుట్టిన నా ఈ జీవితకథకు నేను పెట్టిన, ఇచ్చిన పేరు సిరిముద్ద.

కానీ అది నేను చేసిన ప్రయాణానికి సరిఅయిన పేరు కాదు అనడంతో అనంత ప్రయాణం అని మార్చాను. ఎందుకో ఈ నిజం కూడా మీకు చెప్పాలనిపించింది.

మీరు నాలా ఆలోచించే వారయితే ఒక అనుమానం రావచ్చు. అంత దూరం వెళ్ళావు, అంతా చూశాను అంటున్నావు కదా! మరి ఎలా ఉంటుంది? ఏమి చూశావు అంటే... అందరికీ అర్థమయ్యే రీతిలో ఒక్క మాటలో చెబుతాను. Dandelion లా ఉంటుంది.

మీకు సృష్టి రహస్యం తెలియాలి అంటే or కనీసం దగ్గర కన్నా వెళ్ళాలి అంటే ఈ ఒక్క Dandelion గురించి తెలుసుకోవడానికి ప్రయత్నించండి or నా కథ అర్థం చేసుకోవడానికి ప్రయత్నించండి.

కాల చక్రం (Milky way):

ప్రతీ ప్రయాణం in & out జరుగుతుంది ఒక loop లో అని ఇంతకుముందే చెప్పాను. జీవుడు శరీరం నుండి బయటకు వస్తే శరీర కాలం ఎలా ముగుస్తుందో, ఈ కాలచక్రాన్ని దాటితే జీవుని కాలం అలా ముగుస్తుంది. అసలు ఈ కాల చక్రం అనేది ఒక్క భూమికే కాదు, ప్రతీ గ్రహానికి ఒక పొలపుంత ఉంటుంది. మీరు ఏ గ్రహంలో అయితే పుడతారో దానికి సంబంధించిన ఆ యా కాలచక్రం ఆధ్వర్యంలో ఆ గ్రాహగమనం ఉంటుంది.

చెప్పాగా దేవుని technology చాలా complicated అని. దీనిలోని intercon-
nections అర్థం కావాలంటే మేరే ప్రయాణించి తెలుసుకోవడం better. మీకు
ఇంతవరకూ తెలిస్తే చాలు అని ఇంక details లోకి వెళ్ళి deviate
అవ్వదలుచుకోలేదు.

ఈ కాలచక్రం ఎక్కడో లేదు, అది మనలోనే ఉంది. నేను దానిని దాటగలిగాను.
అంటే దీని అర్థం ఇప్పటిదాకా నా ప్రయాణం ముందుకు సాగింది, ఇకనుండీ
నా ప్రయాణం నాలో నేను అంటే నా ఆదికి చేరుకోవడానికి చేసే ప్రయాణం.
ఈ ప్రయాణం ఎప్పటిలా కాలంతో చేసే ప్రయాణం కాదు. కాలానికి
వ్యతిరేకంగా, కాలాతీతంగా ప్రయాణం సాగించాలి.

ఈ ప్రయాణం ఒక్క ఆత్మ & జీవునికే సాధ్యం. ఈ కాలచక్రాన్ని దాటనిది ఏ
ఒక్కరికీ ఈ ప్రయాణం చేయడం సాధ్యపడదు. ఇంకా clarity గా చెప్పాలంటే,
ఇది నేను తండ్రితో పూర్తిగా మమేకమయిన stage.

మొదటగా అమ్మ నా దగ్గరకు వచ్చి నన్ను బంధవిముక్తిరాలిని చేసి పూర్తిగా
తనలో కలుపుకుని నేను తీసుకున్న జన్మల ద్వారా ప్రయాణించి నాలోని శరీర
మలినాలను పూర్తిగా ఛేదించి నన్ను శక్తిఅమ్మ తండ్రికి అప్పగించింది. తండ్రి
నన్ను ఎన్నో పరీక్షలకు గురిచేసి ఆత్మోన్నతి స్థాయికి చేరుకున్నాక పరిపూర్ణమైన
ఆత్మగా నన్ను నేను తెలుసుకునేటట్లు చేశారు.

ఇప్పుడు నన్ను నేను తెలుసుకున్న నేను నా దారిని వెతుక్కుంటూ ఈ జన్మలోని
ఒక్కొక్క రోజునూ దాటుకుంటూ, తల్లి గర్భం నుండి ముందు జన్మకూ, దానిని
తెలుసుకొంటూ దాని ముందు జన్మకూ అలా నా ప్రయాణం సాగించి నా
భర్తనూ, తల్లితండ్రులనూ కూడా చేరుకాని ఆది గురువయిన దక్షిణామూర్తిని
చేరుకున్నాను. ప్రతీ నా ఈ జన్మల ద్వారా విషయాలను, రహస్యాలను గ్రహిస్తూ
ఆది గురువుని చేరుకున్న నాకు ఇంక తెలుసుకోవడానికి ఏ విషయమూ
మిగలలేదు. తుదకు తనలో పూర్తిగా లీనమయ్యి అంతా నేనే నేను నేనుగా
మిగిలిపోయాను.

ఆ తరువాత ప్రయాణించడానికి గాని, తెలుసుకోవడానికి గానీ ఏమీ లేకపోవడంతో ఎంతో ప్రశాంతతను అనుభవిస్తున్నాను. ఇదీ నా ఈ "అనంత ప్రయాణం"!

బ్రహ్మమును చూసే సమయం వచ్చింది కాబట్టి, దీనిని బ్రహ్మ రహస్యంగా గుప్తంగా ఉంచాలి అని అప్పట్లో రాయకూదదు అని రాయడం మానేశాను. అప్పటి వరకూ రాసింది తెలియజేస్తే సరిపోతుంది అనుకున్నా. కానీ అసలు మీకు తెలియనిదే జీవుని ప్రయాణం అని అర్థం అయ్యింది. కానీ ఈ భూమి త్వరలో అంతం కాబోతుంది. కనీసం ఈ రహస్యం తెలిసినా, కొంతమందిలో అయినా మార్పు తేగలిగితే ఈ నా జన్మ సార్థకం చేసుకొన్నట్లే. ఈ రహస్యం మీకు చెప్పిన కర్మకు గాను నేను ఇంకొక జన్మ తీసుకొని, దాని ఫలితాన్ని తప్పక అనుభవించాలి. ముందే చెప్పాగా ఒక మంచి పని జరగాలంటే, కర్మ సిద్ధాంతానికి కట్టుబడిన నేను కొంత నష్టపోక తప్పదు. ఆయా కర్మలను అనుభవించడం కోసం తప్పక ఇంకొక, చివరి జన్మ తీసుకోక తప్పదు. ఇది నాకు తెలిసి ఇష్టపూర్వకంగా స్వీకరిస్తున్న కర్మ ఇది.

Already కొత్త ప్రపంచానికి పునాది జరిగిపోయింది. దానిలో కొత్త జన్మ start అయ్యింది. అక్కడి జీవరాసులు ఈ భూమి మీద లాగే కొద్ది కొద్ది మార్పులతో సృష్టించబడ్డారు.

ఇది నేను ధ్యానంలో future కు వెళ్ళానేమో అని మీకు అనుమానం రావొచ్చు. కానీ నేను వీళ్ళను మామూలు కళ్ళతోనే చూశాను.

Third Eye:

ఈ మూడవ కన్ను అంటే ఏమిటో మనలో సరిఅయిన అవగాహన లేదు అని అర్థం అయ్యింది, కొందరి మాటలు విన్నాక.

ధ్యానంలో కూర్చున్నపుడు మన జీవుని చూపే మూడవకన్ను అనుకుంటున్నారు అందరూ. అది కానేకాదు.

ఈ మూడవ కన్ను అనేది మన forehead మీద ఉంటుంది. ఇది మన శరీరంలో open అయ్యింది అంటేనే నీకు మోక్షం వచ్చింది అని. అంటే నువ్వు వచ్చిన కార్యం successful గా పూర్తి చేసుకుని శరీరాన్ని వదిలేసి దేవునిలో ఐక్యం అయ్యావు అని. ఇంత అణువు రూపంలో ఉన్న జీవుడే కార్య సిద్ధికై ఒక శరీరాన్ని తీసుకుని జన్మించి మరలా తన మొదలుని చేరుకుంటున్నాడు.

మానవుని మూడవ కన్నుకే ఇంత శక్తి ఉన్నదీ అంటే ఇక దేవుని మూడవ కన్ను గురించి నేను మీకు చెప్పనవసరం లేదు. అది తెరిస్తే తన సృష్టి కూడా తనలో ఐక్యం అవుతుంది.

అది మన కంటికి కనిపించని తల్లి వేరే ఈ మూడవ కన్ను.

మూడవ కన్ను తెరవడం అంటే తన నుండి పుట్టిన సృష్టిని తిరిగి తనలో విలీనం చేసుకోవడం అని. ఇంతవరకూ జరిగిన ప్రయాణం అదే. అర్థం కాలేదు అంటే మరొక్క సారి చదవండి. ధ్యానం (తపస్సు) లో చేసే ప్రయాణం కూడా ఇదే.

నేను ఒక్కదానినే కూర్చుని ఉన్నాను. ఇంతింతై వటుడింతై అన్నట్లు విశ్వమంతా నాలోనే ఉన్నంతగా పెరిగిపోయి ఉన్నాను నేను. నేను తప్ప అక్కడ ఏ ఒక్కరూ లేరు.

అక్కడి నుండి ముందుకు వెళ్ళడానికి దారీ లేదు. నా చుట్టూ తెల్లని పొగ లాంటిది తిరుగుతూ ఉంది. నిశ్శబ్దంగా ప్రశాంతంగా ఉంది. మూడు రోజులు ఆ స్థితిలోనే ఉండిపోయాను. గంటల శబ్దం వినిపించి అటుగా చూసాను. మనుషులు ప్రదక్షిణలు చేస్తున్నారు నాకు.

వీళ్ళు ఎందుకు అటు తిరుగుతున్నారు? నన్ను చేరుకోవాలి అంటే ఇటువైపుగా కదా! ప్రయాణించాలి, అనిపించింది.

నా ఉనికి అర్థం అయిన దానినై నాలో తానున్నారా? తనలో నేనున్నానా? అనిపించింది. రెండూ ఒక్కటే!!!

మాయ! అంతా మాయే!!

ఎవ్వరూ లేని స్థితి అది. దానిని మించి ప్రయాణం సాగని స్థితి అది. తానే లేని స్థితి అది

ముగింపు:

కుండలినీ యోగం పొందాక ఆది నుండీ విడివడిన దగ్గర నుండీ తీసుకున్న ప్రతీ జన్మ నుండీ ప్రయాణం చేస్తూ ఈ జన్మలో ఉన్న ఈ రోజుకి చేరుకుంటాము. అప్పుడు పూర్తిగా తనను తాను గుర్తించి శరీరాన్ని విడిచి బయటకు వచ్చిన మనము మరలా, అవే జన్మల గుండా ప్రయాణించి తన మార్గాన్ని వెతుక్కుంటూ (తన పుట్టుకకు కారణమైన శరీరాల ద్వారా) ఆదికి చేరుతాము. ఇది ఒక్కటే మోక్ష మార్గం!!

నేను ధ్యాన ప్రయాణంలో ఉండగా ప్రతీ ఒక్కరూ visions రాకూడదు, ఏ ఆలోచనా లేకుండా కూర్చోవాలి అని సలహా ఇచ్చిన వారే. సరే అలానే కూర్చొని ఏమి చేయాలి అంటే, ప్రశాంతంగా ఆలోచన లేకుండా కూర్చోవాలి అని మా గురువు చెప్పాడు అనడం తప్ప, దానివల్ల ఏమి సాధిస్తాం అన్నది ఎవరూ clarity ఇవ్వలేదు. నన్ను ఇలా అడిగిన, నాకు సలహా ఇచ్చిన ప్రతీ ఒక్కరికీ నేను ఒక్కటే చెప్పాను. నిజానికి నేను అసలు ఏమీ చేయడం లేదు. కేవలం కొంత సమయం కేటాయించి ధ్యానంలో కొంతసేపు కూర్చుంటున్నాను అంతే. అంతా శక్తిఅమ్మే చూసుకుంటుంది, నిజానికి నాకేమీ తెలియదు అని. నిజం కూడా అదే.

ధ్యానంలో ఉండగా మొదట ఏమి జరుగుతుందో, శరీరంలో మార్పులు ఎందుకు వస్తున్నాయో, శరీరం లోపల, బయట ఎందుకు అలాటి

సదృశ్య

experiences అవుతున్నాయో ఏ మాత్రం తెలీలేదు కాబట్టే ఇలా రాయడం మొదలెట్టాను. అలా Day 1 నుండీ రాయకుండా ఉండి ఉంటే, నాకు వచ్చిన మతిమరుపుకు, ప్రశాంతతకు పూర్తిగా మర్చిపోయి ఉండేదానిని ఈ అనుభవాలన్నీ. ఇది అంతా రాసిన నేనే అది జరిగింది నాకే అని తెలుస్తున్నా ఎంతో ఆశ్చర్యంగా, ఎంతో ఆనందంగా మరలా జరిగినదంతా అనుభవిస్తూ మైమరచిపోతూ తేలిపోతున్నా. ఆ ఆనందాన్ని వ్యక్తపరచడం కూడా చాలా కష్టం.

ఇంతకూ అసలు విషయానికి వద్దాం. ఏ ఆలోచనా లేకుండా ఏమి చేయాలి? నీ ఈ ప్రయాణం తెలిస్తే కదా నీ వెవరో తెలిసేది. నీకు జ్ఞానం బోధ పడితే కదా నీకు ప్రశాంతత వచ్చేది. ఒక వేళ అలా చేయగలుగుతున్నాడూ అంటే ఆ వ్యక్తి మహా తెలివైన వాడవుతాడు గానీ జ్ఞాని కాదు. అది చాలు నాకు అంటే మంచిదే. కానీ నాలా నిజం తెలుసుకోవాలి, అన్ని అనుమానాల నుండి, కర్మల నుండి బయటపడాలి అన్న తపన ఉంటే మాత్రం ఇదొక్కటే మార్గం.

భూమి మీదే ఉండి తల్లిదండ్రులను చూడగలిగే భాగ్యం ఎంత మందికి ఉంటుంది?

నా ఈ ప్రయాణానానికి సహాయపడ్డ ప్రతీ ఒక్కరికీ నా కృతజ్ఞతలు. నా జీవితంలో నాకు ఎదురుపడ్డ ప్రతీ ఒక్కరూ నాకు గురువే. జీవితం నేర్పిన పాఠాలు చాలు అనుకుంటే సరే, అంతకు మించి ఆది గురువును తెలుసుకోవాలంటే ధ్యానం ఒక్కటే మార్గం.

మొదటి పుస్తకం: ఇది ప్రకృతి ప్రయాణం. ప్రతీ ఒక్క జన్మనూ తెలుసుకుంటూ ఆ జన్మ శరీర తుది శ్వాస వదిలే చివరి క్షణాలు తెలుసుకుంటూ చేసే ప్రయాణం. బ్రతికి ఉండగానే జీవాత్మగా శరీరం నుండి ఎలా బయటకు వచ్చాను, ఆ స్థితికి చేరడానికి శరీరంలో ఏ మార్పులు ఎలా వస్తాయి, శరీరానికి, ప్రకృతికి, జీవాత్మకూ ఉన్న సంబంధం & ఆ బంధనాల నుండి ఎలా విముక్తి లభించింది అని తెలియజేసేదే ఈ ప్రకృతి ప్రయాణం. ఇది ఊర్ధ్వ లోకాల & బాహ్య ప్రయాణం.

రెండవ పుస్తకం: ఆత్మ & నా జీవుని ప్రయాణం. నా నుండి నేను తెలుసుకునే అసలయిన ప్రయాణం. ఇది నా అంతర్ముఖ ప్రయాణం. అధోలోకాల & అంతఃప్రయాణం. ఒక్కొక్క జన్మనూ దాటుకుంటూ వెనుకకు ప్రయాణించి ఆదిలో ఐక్యం అయ్యే ప్రయాణం. ముఖ్యంగా ఈ శరీరాన్ని వదిలి యమలోకం దాటుకుని చేసే ప్రయాణం. నువ్వు చేసే పాపాలకు సాక్ష్యం లేదనుకోకు. నీ ఆత్మే నీకు సాక్షి. బాధాకరమయిన విషయం ఏమిటంటే నీ నోటితో నువ్వే నీ తప్పులను ఒప్పుకుంటూ, శిక్షను నువ్వే స్వీకరించడం.

నా ఈ దారిలో ఎవరెవరిని కలిశాను? నా తల్లిదండ్రులను ఎలా కలుసుకున్నాను. నా ఆదిని నేను ఎలా చేరుకున్నాను. ఆ తరువాత ఏమి జరిగింది? నాకు మగబిడ్డ పుట్టాడా? అసలు ఈ ప్రయాణం ఎలా చేయాలి? అనే అన్ని ప్రశ్నలకూ సమాధానాలు దీనిలో లభిస్తాయి.

మూడవ పుస్తకం: ఇది నా శరీర ప్రయాణం. ఈ శరీరం పుట్టిన దగ్గరి నుండీ ధ్యానంలో కూర్చుని నాలో ఉన్న ప్రకృతి, జీవుడు, ఆత్మ & పరమాత్మల గురించి తెలుసుకుంటూ చేసిన ప్రయాణం. ఈ జీవితంలో నేనేమి తెలుసుకున్నాను? ప్రారంభం నుండీ ముగింపు దాకా ఏమి జరిగిందో తెలిపే నా జీవితం.

నేను వేసిన ప్రతీ అడుగా, చేస్తున్న ప్రతీ పని ఎందుకు వేసానో, ఎందుకు చేశానో తెలుసుకుంటూ నా గురించి నేను తెలుసుకుంటూ నా ఆదిని చేరుకుంటుంది. ప్రతీ ప్రయాణం ఈ కోణంలో ఆలోచింది అర్ధం చేసుకున్న వాళ్ళకు ఇప్పుడు నేనేమి చెప్పాను అన్నది సంపూర్తిగా అర్ధం అయ్యే ఉంటుందని భావిస్తున్నాను.

Simple గా చెప్పాలంటే మీరు జీవిస్తున్న ఈ శరీర జీవితం అర్ధం అయితే ఈ

 సద్రుశ్య

ధ్యానం అర్థం అయినట్లే. ముందుగా ఒక తల్లి కడుపున పుట్టి ఆ తల్లి ఆధ్వర్యంలో పెరిగి విద్యాబుద్ధులు తెలుసుకుని, తండ్రి క్రమశిక్షణలో పెరిగి మన బాధ్యతలను ఎలా సక్రమంగా నిర్వర్తిస్తూ జీవితాన్ని సార్థకం చేసుకోవడమే జీవితం అని మీకు అర్థం అయితే ఈ ధ్యానం మీకు అర్థం అయినట్లే.

ప్రకృతి తల్లి ఓడిలోకి మనం వచ్చిన క్షణం నుండీ ఆ శక్తిఅమ్మ ఆధ్వర్యంలో పెరిగి విద్యాబుద్ధులు తెలుసుకున్నాక అమ్మ తండ్రి చేతిలో పెడుతుంది మనల్ని. తండ్రి క్రమశిక్షణలో పెరిగి మన బాధ్యతలను సక్రమంగా నిర్వర్తిస్తూ మోక్షమార్గాన్ని చేరుకోవడమే కైవల్యం అని మీకు ఈ పాటికే అర్థం అయి ఉంటుంది.

మరి మీరు పుట్టి కేవలం శరీర ప్రయాణమే చేసి, నీలోని జీవుణ్ణి ignore చేస్తే ఎలా? నీకు ఈ జన్మ వచ్చిందే నీ జీవని కార్యం పూర్తిచేయడానికి. దానిని పూర్తి చేయకపోగా మరి కాస్త కర్మలను పోగుచేసుకుని వచ్చే జన్మకు మోసుకుపోతే ఎలా?

జన్మ అనేది ఒక మంచి కార్యం చేయడానికి నీ అంతట నువ్వు భాద్యత తీసుకొని చేసే ఒక ప్రయత్నంగా ఉండాలి గానీ ఈ జనన మరణాల loop లో ఇరుక్కుపోతే ఎలా? చెప్పాగా నిన్ను కేవలం నువ్వు మాత్రమే బాగుచేసుకోగలవని.

స్వల్పమైన శరీర బంధాలు కాకుండా, శాశ్వతమైన బంధాలను ఏర్పరచి నేనెవరో తెలుసుకొనేట్లు జ్ఞాన బోధ చేసి నన్ను నేను చేరుకొనే మార్గాన్ని చూపించింది శక్తిఅమ్మ. అలాటి ఈ తల్లి ఋణం ఎలా తీర్చుకోగలను!! నాకు తెలుసు తల్లి ప్రేమ ఋణం లేని అనుబంధమని. అది ఒక పరిపూర్ణమైన, స్వచ్చమయిన ప్రేమ తత్వం.

సూక్ష్మ శరీరం – ఆత్మ

కారణ శరీరం – జీవుడు

స్థూల శరీరం – ప్రకృతితో నిర్మితమయిన శరీరం

నా ప్రయాణం:

ఇది నా శరీర ప్రయాణమే అయినా అందరమూ కలిసే ఉన్నాము. అంటే సూక్ష్మ, కారణ & స్థూల శరీరాలు అన్ని కలిసి ఒకరికి ఒకరం సాయం చేసుకుంటూ, కావలసిన పరిస్థితులను అవకాశాన్ని జీవాత్మ సృష్టిస్తూ ఉంటే, శరీరం దానిని గ్రహించి పాటిస్తూ ముందుకు ప్రయాణిస్తూ ఉంటుంది.

అందరూ చేసేది జీవిత ప్రయాణమే కానీ ధ్యాన ప్రయాణం కాదు. ఈ రెండింటి తేడా ఏమిటంటే ధ్యానం మీ మనసు చెప్పే మాట విని పాటిస్తే తప్ప సాధ్యపడదు.

మనము ఏ కార్యం అయితే పూర్తి చేయాలని ఈ జన్మ తీసుకున్నామో దానిని plan చేసింది నీ జీవాత్మే. దాని మాట విని అమలు చేయకపోతే ముందుకు ప్రయాణిస్తూ కొత్త జన్మలు తీసుకుంటావు తప్ప, నీ గురించి నువ్వు తెలుసుకోలేవు.

బాహ్య ప్రయాణం:

ఇది ప్రకృతి సాగుంతో చేసే ప్రయాణం. 5 elements శరీరంలో ఉన్నంత వరకే కాలానికి అనుగుణంగా ప్రయాణిస్తాము. ఒక్కసారి మనలోని 5 elements ప్రకృతితో మమేకం అయితే మన ప్రతీ ఒక్క జన్మ పుట్టుపూరోత్వరాలతో పాటు సృష్టి రహస్యాలను కూడా తెలుసుకుంటాము.

                                                          సద్రుశ్య

ఈ విశ్వంలో ఎన్నో గ్రహాలు వున్నాయి. ప్రతీ ఒక్క గ్రహానికి ఒక కాలచక్రం (Milkyway) వుంటుంది. ఆ కాలచక్రానికి అనుగుణంగా ఆ గ్రహం యొక్క కాలం నడుస్తూ ఉంటుంది. ఊర్ధ్వ లోకాలు అన్నీ ప్రయాణించడంతో పాటు ఈ కాల చక్రాన్ని దాట గలిగితే, నువ్వు కాలాన్ని జయించినట్లే.

ఇక నీ శరీరానికి కాలంతో సంబంధం లేదు కాబట్టి నీలోని జీవాత్మకు స్వేచ్ఛ లభిస్తుంది.

జీవాత్మ బయటకు వచ్చి శరీర కాలం ముగియడంతో, ఆత్మ విడివడుతుంది.

అంతః ప్రయాణం:

ఇది ఆత్మ & జీవుడు విడివిడిగా చేసే ప్రయాణం. అప్పటికే ఆత్మకు స్వేచ్ఛ లభించడంతో తన మూలాన్ని చేరుకోవడానికి అతి వేగంగా ప్రయాణిస్తుంది.

జీవుడు తన శరీరంతో పాటు తన బంధువులను, బంధుత్వాలను, పంచభూతాలను వదులుకుంటూ ప్రయాణించి ఏకత్వంలో ఐక్యం అయ్యే ప్రయాణం ఇది.

నేను శరీరాన్ని ఇష్టపూర్వకంగా వదిలేశాక ఏమి జరిగిందో, ఏమి చేశానో కూడా రాశాను.

సృష్టి రహస్యం ఏమిటంటే ఈ బ్రహ్మండాలస్నీ మన శరీరం లోనే ఉన్నాయి. సృష్టి లో నేనున్నానా or నాలో సృష్టి ఉన్నదా అన్నది ఒక loop లో in & out అనుభవిస్తాము. ఈ అనంతాన్ని పూర్తిగా అనుభవించాక నీ life కి నీవే బ్రహ్మవి అని అర్థం అయ్యి ఎంతో ప్రశాంతత పొందుతావు.

ఇక ఈ Milkyway తో నా ప్రయాణం ముగియడంతో ఇతర panes లోని నా ప్రతిరూపాన్ని చూస్తూ, వాళ్ళను కూడా దర్శించుకుంటూ కాలక్షేపం చేశా couple of days. ఇది అంతా వ్యర్థ ప్రయాణం, either మీకు గానీ నాకు గానీ ఈ ప్రయాణం అవసరం లేదని అసలు ధ్యానమే చేయడం మానుకున్న.

ఇక ప్రయాణించి ఆదిని చేరుకోవలసినది కేవలం ఈ శరీరం మాత్రమే. అందుకే ఈ శరీరంతో ప్రయాణిస్తూ ఉన్నా. దీనిని కూడా సరయిన సమయంలో వదిలి అంతా తుడిచి ఉద్ధితం చెయ్యాలి.

ఓం నమఃశివాయ!!!

❖❖

 సదృశ్య